ഗ്രീൻ ബുക്സ്

ബോംബെ സ്മരണകൾ

ബാലകൃഷ്ണൻ

1938ൽ ഇരിങ്ങാലക്കുടയ്ക്കടുത്ത് മുരിയാട് എന്ന ഗ്രാമത്തിൽ ജനനം. രസതന്ത്രത്തിൽ ബിരുദവും ഭൗതികശാസ്ത്രത്തിൽ ബിരുദാനന്തരബിരുദവും. 1964 മുതൽ ഭാഭ പരമാണു ഗവേഷണകേന്ദ്രത്തിൽ ജോലി. '98-ൽ സീനിയർ സയന്റിഫിക് ഓഫീസറായി റിട്ടയർ ചെയ്തു.

നഗരത്തിന്റെ മുഖം, മൃഗതൃഷ്ണ, കുതിര, ഫർണസ്സ്, ആൽബം, ഭാഗ്യാന്വേഷികൾ മുതലായ പന്ത്രണ്ട് നോവലുകളും അഞ്ച് നോവലെറ്റുകളും ആറ് ചെറുകഥാസമാഹാരങ്ങളും പ്രസിദ്ധീകരിച്ചിട്ടുണ്ട്. ചില കഥകൾ കന്നഡയിലേക്കും തെലുങ്കിലേക്കും മറാത്തിയിലേക്കും മൊഴിമാറ്റം നടത്തിയിട്ടുണ്ട്. *കുതിര* എന്ന നോവലിന് കുങ്കുമം നോവൽ മത്സരത്തിൽ പ്രത്യേക സമ്മാനവും സാഹിത്യ പ്രവർത്തനങ്ങൾക്ക് ബോംബെ കേരളീയ കേന്ദ്രസംഘടനയുടെ ഹരിഹരൻ പൂഞ്ഞാർ സാഹിത്യ അവാർഡും (1999) ലഭിച്ചിട്ടുണ്ട്.

ഓർമ്മ
ബോംബെ സ്മരണകൾ

ബാലകൃഷ്ണൻ

ഗ്രീൻ ബുക്സ്

green books private limited
little road, ayyanthole, thrissur- 680 003
ph: 0487-2361038
website: www.greenbooksindia.com
e-mail: info@greenbooksindia.com

(malayalam)
bombay smaranakal
(memoirs)
by
balakrishnan

first published august 2016
copyright reserved

cover design : rajesh chalode

branches:
thrissur 0487-2422515
palakkad 0491-2546162
kannur 0497-2763038
thiruvananthapuram 9846670899

isbn : 978-93-86120-40-3

---

no part of this publication may be reproduced, or transmitted in any form or by any means, without prior written permission of the publisher

GBPL/810/2016

ഓർമ്മകൾ ഉണ്ടായിരിക്കുന്നത്
നല്ലതാണെന്ന് ഞാനറിയുന്നു.
ഓർമ്മകളില്ലാത്ത അവസ്ഥ രോഗമാണ്.
അത് പിടിപെടുന്നതിന് മുമ്പ്
കടന്നുപോന്ന വഴികളേയും
കണ്ടുമുട്ടിയ മനുഷ്യരേയും
ഓർത്തെടുക്കാനുള്ള ശ്രമമാണിത്.
എല്ലാവഴികളും മുഖങ്ങളും
ഓർക്കുന്നത് ദുഷ്ക്കരമാണല്ലോ.
എങ്കിലും മനസ്സിൽ മായാതെ ഇടം തേടിയ
ചില മുഖങ്ങളും സ്ഥലങ്ങളും
സംഭവങ്ങളുമുണ്ട്. മനസ്സിൽ തിക്കി
തിരക്കി കയറിവരുന്ന ഓർമ്മകൾ...

ബാലകൃഷ്ണൻ

ബോംബെ സ്മരണകൾ

ഒന്ന്
നഗരപ്രവേശം

ഇത് ആത്മകഥയല്ല. ഓർമ്മകളുടെ അവിച്ഛിന്ന ധാരയല്ല. പ്രഭാതങ്ങളുടെ സ്വച്ഛതയിൽ, ഉച്ചകളുടെ ഉഷ്ണങ്ങളിൽ, സായാഹ്നങ്ങളുടെ ആലസ്യത്തിൽ, രാത്രികളുടെ നിദ്രാവിഹീനതയിൽ എവിടെന്നില്ലാതെ മനസ്സിലേക്ക് കയറിവരാറുള്ള ചില സ്മരണകൾ. ഇവയിൽ ചിലതിന് പ്രാചീനതയുടെ ഗന്ധമുണ്ടാവാം. ചിലത് ഇന്നലെ കഴിഞ്ഞതാവാം. ഏതിനെ തള്ളണം, ഏതിനെ കൊള്ളണം എന്നതിനു പ്രസക്തിയില്ല. കുറിച്ചിടാതെതന്നെ മനസ്സിൽ കുടികൊള്ളുന്നവയാണെല്ലാം. ആറു പതിറ്റാണ്ടുകൾ ഒരാളെ അസ്തമയത്തോടടുപ്പിക്കുന്നു. പഴയ അനുഭവങ്ങൾ എത്ര തീക്ഷ്ണമായിരുന്നാലും ഇന്ന് അവയ്ക്ക് പതം വന്നിരിക്കുന്നു. ഓർമ്മകളെയും കാലം വെറുതെ വിടുന്നില്ല. പരിക്കേല്പിച്ചും മങ്ങലേല്പിച്ചും വ്യക്തതയും സുതാര്യതയും നഷ്ടപ്പെടുത്തുന്നു. പൊടി ച്ചാർത്തുകൊണ്ട് മൂടുന്നു. അപ്പോൾ നഷ്ടപ്പെടുന്നത് പേരുകളാവാം. മുഖ ച്ഛായകളാവാം. തിയ്യതികളാവാം. സ്ഥലനാമങ്ങളാവാം. അക്ഷരങ്ങളും വാക്കുകളുമാവാം. ചിലതെല്ലാം ഒരു പരിധിവരെ ഓർത്തെടുക്കാം. മറ്റു ചിലത് മുജ്ജന്മസ്മരണകൾപോലെ എന്നന്നേക്കുമായി നഷ്ടപ്പെട്ടിരി ക്കുന്നു. മനസ്സിന്റെ ആഴത്തിലേക്ക് എത്ര കുഴിച്ചിറങ്ങിയാലും വേരുകൾ കണ്ടെത്താനാവുന്നില്ല.

ജീവിച്ച എഴുപതു വർഷങ്ങൾകൊണ്ട് ലോകവും മനുഷ്യരും വളരെ മാറിയിരിക്കുന്നു. കാലത്തിന്റെ ഈ ബിന്ദുവിൽനിന്ന് തിരിഞ്ഞുനോക്കു മ്പോൾ അകലങ്ങളിലേക്ക് കാഴ്ചയെത്തുന്നില്ല. വിസ്മയവും വിഷാദവും വിഹ്വലതകളും മനസ്സിൽ തിരനോട്ടം നടത്തുന്നു.

ഞാൻ ആരുമല്ല. നിങ്ങളെപ്പോലെ ജീവിക്കുവാൻ വേണ്ടി നാടുവിട്ട വൻ. തൊപ്പിയിൽ തൂവലുകളോ കീശയിൽ പൊൻനാണ്യങ്ങളോ ഇല്ലാ ത്തവൻ. മനസ്സിൽ ഏഷണിയും കുശുമ്പും പകയും വിദ്വേഷവും കനിവും കരുണയും ഈർഷ്യയും ദയയും കാത്തുസൂക്ഷിക്കുന്നവൻ. ഞാൻ

നിങ്ങളിൽ ഒരാൾ മാത്രം. എനിക്ക് എന്റെ ഓർമ്മകളെ പടിയടച്ച് പിണ്ഡം വയ്ക്കാനാവുന്നില്ല. അവ ഒഴിയാബാധപോലെ എന്നെ പിന്തുടരുകയാണ്.

എന്നോടൊപ്പം എന്റെ ഓർമ്മകളും ഏതെങ്കിലും ശ്മശാനത്തിൽ കത്തിച്ചുകളയുന്നതല്ലേ ഔചിത്യം?

ചിലപ്പോൾ അങ്ങനെയും തോന്നാറുണ്ട്.

കടലാസും പേനയും മാറ്റിവച്ചു. ഓർമ്മകളില്ലാതെ നടക്കാനും ഇരിക്കാനും കിടക്കാനും ശ്രമിച്ചു.

പത്രപ്രവർത്തകനായ സുഹൃത്തിന്റെ ഫോൺ.

"ഓർമ്മകൾ ഉപേക്ഷിക്കരുത്. നിങ്ങൾക്ക് സ്വകാര്യസ്വത്തെന്നു പറയാൻ അതല്ലേയുള്ളൂ. അത് പങ്കുവയ്ക്കൂ."

മനസ്സിൽ ഇടയിളക്കം. എല്ലാം കൂട്ടിക്കിഴിക്കുമ്പോൾ കിട്ടുന്ന ഉത്തരം പൂജ്യം.

"കഴിഞ്ഞ നാലു പതിറ്റാണ്ട് ഈ നഗരത്തിൽ ജീവിച്ചവനല്ലേ? ഞങ്ങൾ കാണാത്തതും കേൾക്കാത്തതുമായ പല കാര്യങ്ങളും പറയാനുണ്ടാവില്ലേ?"

മൗനം.

"എന്താ ഒന്നും മിണ്ടാത്തത്?"

"സ്വന്തം കാര്യങ്ങൾ എഴുതുമ്പോൾ അഹംബോധമില്ലാതിരിക്കുമോ? എന്നെ മാറ്റിനിർത്തിക്കൊണ്ടെന്തെങ്കിലും..."

"മാറ്റിനിർത്തണമെന്നില്ല. അവനവനെ തികച്ചും അന്യനായി കാണുക."

"ശരി, ഞാൻ ശ്രമിക്കാം."

പാളിപ്പോകുന്നു എന്നു തോന്നുന്ന നിമിഷം ഞാൻ നിറുത്തും.

ആയിരത്തി തൊള്ളായിരത്തി അറുപത് ഏപ്രിൽ അവസാനം. തിയ്യതി ഓർമ്മയില്ല. തിയ്യതികളുടെ പ്രാധാന്യം ചരിത്രത്തിലാണല്ലോ. അന്ന് ജയന്തിയും നേത്രാവതിയും മംഗളയുമില്ല. എറണാകുളത്തുനിന്ന് പുറപ്പെടുന്ന വണ്ടിയിൽ രണ്ടോ മൂന്നോ കംപാർട്ട്മെന്റുകൾ. അവ ആർക്കോണത്ത് വിച്ഛേദിക്കപ്പെടുന്നു. ആറേഴുമണിക്കൂറിനു ശേഷം മദ്രാസിൽനിന്ന് ബോംബെയിലേക്കു പോകുന്ന വണ്ടിയിൽ കൂട്ടിയിണക്കുന്നു. അൺറിസർവ്ഡ് കംപാർട്ടുമെന്റിൽ അനങ്ങാൻ പഴുതില്ലാത്ത ഇരിപ്പ്. കക്കൂസിലേക്കു പോകുന്ന ഇടനാഴിയിൽ സ്ഥാപിച്ച ട്രങ്കിന്റെ പുറം ഇരിപ്പിടം. ഏതോ കഠിന പാപത്തിനുള്ള ശിക്ഷ. പലരുടെയും പാദധൂളികൾ ശിരസ്സിൽ അനുഗ്രഹങ്ങളായി ഉതിർന്നുവീണു.

ഞാനെന്തിന് പുറപ്പെട്ടു എന്ന ചോദ്യം രാത്രി മുഴുവൻ ഉള്ളിൽ കിടന്ന് മുട്ടിത്തിരിഞ്ഞു.

അച്ഛൻ കല്ലേറ്റുംകരെയുള്ള ഹൈസ്കൂളിൽ തൽക്കാലം ഒരൊഴിവിൽ തള്ളിക്കയറ്റാനുള്ള ശ്രമത്തിലായിരുന്നു. എഫ്.എ.സി.ടിയിലേക്ക് രണ്ടു മൂന്നു അപേക്ഷകൾ അയച്ചിട്ടുണ്ട്. സീനിയറായി പഠിച്ചിരുന്ന ഗോവിന്ദൻകുട്ടിക്ക് കഴിഞ്ഞകൊല്ലമാണ് 'ഫാക്ടി'ൽ ജോലി കിട്ടിയത്. പറഞ്ഞാൽ തിരിയാത്ത ഗോവിന്ദൻകുട്ടിക്ക് ജോലി കിട്ടുമെങ്കിൽ എനിക്കെന്തുകൊണ്ട് ആയിക്കൂടാ.

സ്കൂളിലേക്ക് ഞാനില്ല. അച്ഛനോടു നേരിട്ടുപറഞ്ഞില്ലെങ്കിലും അമ്മ വഴി തീരുമാനം അറിയിച്ചു.

ഊം, എന്താ സ്കൂൾ ജോലി അത്ര മോശമാണോ?

മോശമായതുകൊണ്ടല്ല. മൂന്നാമത്തെ തലമുറയിലേക്കും പകർച്ച വ്യാധിപോലെ, അത് പകരേണ്ട എന്നു തോന്നി.

അച്ഛൻ നിർബന്ധിച്ചില്ല. മറുത്തൊന്നും പറഞ്ഞില്ല.

അച്ഛന്റെ ആഗ്രഹത്തെ ധിക്കരിച്ചുള്ള ഈ പുറപ്പാട്...

ഈ ട്രങ്കിന്മേലിരുന്ന് ഉഷ്ണത്തിൽ പുകഞ്ഞ്, ദാഹത്തിൽ വരണ്ട് നിരായുധനായിട്ടാണോ നീ സാമ്രാജ്യങ്ങൾ വെട്ടിപ്പിടിക്കാൻ പോകുന്നത്?

സാമ്രാജ്യങ്ങൾ ഈ ജന്മത്തിന്റെ പട്ടികയിൽ പെടുന്നില്ല. ദുർമോഹങ്ങളോ ദുർവാശികളോ ഇല്ല. എടുത്താൽ പൊങ്ങാത്ത സ്വപ്നങ്ങളില്ല. ഒരു ഭാഗ്യപരീക്ഷണം.

ഈ ഭാഗ്യക്കുറിക്കു ടിക്കറ്റെടുത്തു തന്നത് അപ്പുക്കുട്ടനാണ്. അപ്പുക്കുട്ടൻ ബന്ധുവും സുഹൃത്തുമാണ്. കൊടകര സ്കൂളിലേക്ക് ആറു നാഴിക ദൂരം ഞങ്ങളൊരുമിച്ചാണ് നടക്കാറ്. അപ്പുക്കുട്ടൻ വഴിനീളെ പരുക്കൻ സ്വരത്തിൽ ചങ്ങമ്പുഴക്കവിതകൾ ചൊല്ലുമായിരുന്നു. ഇപ്പോൾ ബർമ്മാ ഷെൽ റിഫൈനറീസിൽ ജോലി ചെയ്യുന്നു. അപ്പുക്കുട്ടൻ എന്നെ തടിയനെന്നും ഞാനയാളെ തോട്ടിയെന്നും വിളിച്ചുപോന്നു.

വണ്ടി ദാദർ സ്റ്റേഷനിലെത്തിയപ്പോൾ അപ്പുക്കുട്ടൻ പറഞ്ഞു.

തടിയാ, നമുക്കിറങ്ങാറായി.

ട്രങ്കിന്റെ പുറത്തുനിന്ന് എഴുന്നേറ്റു. എന്റെ കാലിൽ ചെരിപ്പില്ല. അതാരോ അടിച്ചുകൊണ്ടുപോയി.

നഗ്നപാദങ്ങളോടെ നഗരപ്രവേശം.

ടാക്സിയുടെ ചെറിയ ജനലിലൂടെ ഫ്രെയിമുകളായി നഗരം ചലിച്ചു. ഉറക്കമുണർന്ന് കൈകാൽ കുടയുന്ന നഗരത്തിന്റെ ചുണ്ടിൽ സൗഹാർദ്ദ സ്മിതമുണ്ടായിരുന്നോ? അറിയില്ല. അവജ്ഞയും പുച്ഛവും ഉണ്ടായിരുന്നില്ലെന്ന് തീർച്ച.

ഒരു വലിയ സ്വപ്നസാക്ഷാത്കാരത്തിന്റെ ആഘോഷം അരങ്ങേറുന്ന തയ്യാറെടുപ്പുകളിലായിരുന്നു നഗരം. വരുന്നവരെയും പോകുന്നവരെയും

ശ്രദ്ധിക്കാൻ നേരമില്ല. ആഘോഷത്തിമർപ്പുകളിലേക്ക് ഏവർക്കും സ്വാഗതമോതുന്ന ബോർഡുകൾ പുലർവെളിച്ചത്തിൽ തെളിയാൻ തുടങ്ങിയിരുന്നു.

വലിയ കാൽത്തളകളിട്ട സ്ത്രീകൾ നീണ്ട ചൂലുകളുമായി റോഡിലേക്കിറങ്ങി. വഴിനീളെ കമാനങ്ങൾ ഉയർത്തുന്നവരുടെ മുഖങ്ങളിൽ നിദ്രാലസ്യം.

മാട്ടുംഗയിൽ നിന്ന് ഒരു ട്രാം അരിച്ചുനീങ്ങി.

“പത്തു പൈസ കൊടുത്താൽ വി.ടി. വരെ പോകാം” – അപ്പുക്കുട്ടൻ പറഞ്ഞു.

ഞാൻ അരിച്ചരിച്ചു നീങ്ങുന്ന ആ വാഹനം ആദ്യമായി കാണുകയായിരുന്നു. അതുകൊണ്ട് വി.ടി. എന്താണെന്നും എവിടെയാണെന്നും ചോദിച്ചില്ല. പിന്നെയാകട്ടെ.

മാട്ടുംഗയ്ക്ക് ‘കിംഗ്സർക്കിളെ’ന്നും പേരുണ്ടെന്ന് കൂട്ടുകാരൻ. മദ്രാസികളെന്ന് വിളിക്കുന്നവരുടെ സെന്റർ. ഫിൽട്ടർ കോഫിയുടെയും മസാലദോശയുടെയും പരിചിതഗന്ധം മൂക്കുപിടിച്ചെടുത്തു. അപ്പോൾ സഹപാഠിയും സഹമുറിയനുമായിരുന്ന രഘുനന്ദനനെ ഓർത്തു. അഞ്ചുറുപ്പിക പോക്കറ്റിലുണ്ടെങ്കിൽ ‘പത്തൻസി’ൽ പോയി മസാലദോശ തിന്ന് ഒരു ഗ്ലാസ് വെള്ളം കുടിച്ച് എഴുന്നേറ്റുപോരുന്നത് ജന്മസാഫല്യമായി കരുതിയിരുന്നവൻ. അവൻ നഗരത്തിലെവിടെയോ ഉണ്ട്. ചോദിച്ചറിഞ്ഞ് പോയി കാണണം, മനസ്സിൽ കുറിച്ചിട്ടു.

പൊടുന്നനെ ഏതോ വാതകഗന്ധങ്ങൾ ശ്വാസധാരയിൽ കലർന്നു. ഞാൻ നിറുത്താതെ തുമ്മി.

വാതകഗന്ധങ്ങൾ തിരിച്ചറിയാനുള്ള ബാദ്ധ്യത നിനക്കുണ്ട്. ട്രങ്കിൽ ഭദ്രമായി സൂക്ഷിച്ചിരിക്കുന്ന വാറോലയിൽ രസതന്ത്രം നിന്റെ ഐച്ഛികവിഷയമായിരുന്നുവെന്ന് രേഖപ്പെടുത്തിയിട്ടുണ്ട്.

പഠിച്ചതൊക്കെ മറന്നിരിക്കുന്നു, ചങ്ങാതീ.

പഠിപ്പിൽ അഗ്രഗണ്യനൊന്നുമായിരുന്നില്ല. അല്ലെങ്കിൽ ഒരു ഡോക്ടറുടെ വെള്ളക്കോട്ട് അണിയുമായിരുന്നില്ലേ?

വളംനിർമ്മാണശാലയുടെ നിർമ്മാണപ്രവർത്തനങ്ങൾ നടക്കുന്നത് വാസിനാക്കയിലാണ്.

നഗരത്തിന്റെ പ്രൗഢികൾ എവിടെയാണ് അവസാനിച്ചത്?

സയൺവരെ മാത്രമായിരുന്നു നഗരം വളർന്നിരുന്നത്. അതിനപ്പുറം ഉപ്പളങ്ങളും ചതുപ്പുനിലങ്ങളും. ചതുപ്പുനിലങ്ങളിൽ മരപ്പലകമേൽ തെന്നി നീങ്ങി ഞണ്ടുകളെ പിടിക്കുന്ന കോളികൾ.

കോളികളുടെ ഗ്രാമമായിരുന്നു ബോംബെ. അവരെ തുരത്തിക്കൊണ്ടാണ്, പരിഷ്ക്കാരം മുന്നേറിയത് – അപ്പുക്കുട്ടൻ പറഞ്ഞു.

ആകാശത്തെ ചുവന്ന നാവുകൾകൊണ്ട് നക്കാൻ ശ്രമിക്കുന്ന എണ്ണ ശുദ്ധീകരണശാലകൾ ദൂരദൃശ്യത്തിൽ.

–തീ കത്തുന്നതെന്താണ്?

ഏതോ വാതകങ്ങൾ കത്തിച്ചു കളയുകയാണ്. വാതകത്തിന്റെ എരിഞ്ഞ മണം.

രണ്ട് റിഫൈനറികളുണ്ട്, ഒന്ന് എസ്സോവിന്റെ, മറ്റേത് ബർമ്മാഷെല്ലിന്റെ.

വാസിനാക്കയിൽ തുടങ്ങി റിഫൈനറി ഗെയ്റ്റുകൾവരെ മണ്ണെണ്ണയും പെട്രോളും വാതകങ്ങളും നിറയ്ക്കുവാൻ ഊഴം കാത്ത് കിടക്കുന്ന ഭീമാകാരന്മാരായ ടാങ്കറുകൾ. ടാങ്കറുകളെ മെരുക്കിക്കൊണ്ട് മെയ്ക്കരുത്തുള്ള ഡ്രൈവർമാർ. അകലെ പീർപാവ് ജട്ടിയിൽ അസംസ്കൃത എണ്ണയുമായെത്തിയിരിക്കുന്ന ടാങ്കറുകൾ സുഹൃത്ത് ചൂണ്ടിക്കാട്ടി. എനിക്ക് കാണാൻ കഴിഞ്ഞില്ല. എന്റെ ദൃശ്യപഥത്തിൽ റിഫൈനറികളുടെ കൂറ്റൻ ടവറുകൾ ആകാശത്തിന് ലംബമായി ഉയരുകയായിരുന്നു. ടവറുകൾക്കിടയിൽ നീല ബോയ്‌ലർ സ്യൂട്ടും തൊപ്പിയും ധരിച്ച ഓപ്പറേറ്റർമാർ.

അപ്പുക്കുട്ടനും റിഫൈനറീസിലാണ് ജോലി.

ഇവർക്കൊക്കെ നല്ല ശമ്പളമുണ്ടാകില്ലേ?

ഉണ്ടാവും, കൂട്ടുകാരൻ പുഞ്ചിരിച്ചു.

എനിക്ക് അവിടെ കടന്നുകൂടാൻ പറ്റുമോ?

അപ്പുക്കുട്ടൻ എന്റെ അതിപൂതിയോർത്ത് വീണ്ടും പുഞ്ചിരിച്ചു.

തെല്ലിടകഴിഞ്ഞ്, എന്റെ അറിവിനുവേണ്ടി വിശദീകരിച്ചു.

റിഫൈനറി പ്രവർത്തനം തുടങ്ങിയിട്ട് അഞ്ചാറുകൊല്ലമായില്ലേ? ആവശ്യമുള്ളവരെയൊക്കെ നിയമിച്ചുകഴിഞ്ഞു. വല്ലപ്പോഴും പറ്റിയ ഒഴിവുകൾ വരുമ്പോൾ നോക്കാം.

ടാക്സി മാഹൂളിലെത്തി. മുക്കുവന്മാരുടെ ഗ്രാമം. മത്സ്യഗന്ധം. പഴമയുടെ ജീർണ്ണഗന്ധമുള്ള കൊച്ചുകൊച്ചു വീടുകൾ. ഇടുങ്ങിയ വഴികൾ. ത്രികോണാകൃതിയിൽ ടവൽകെട്ടി മുന്നിൽമാത്രം നഗ്നത മറയ്ക്കുന്ന പുരുഷന്മാർ. ചന്തികൾക്കിടയിൽ താറുവലിച്ചുടുത്ത് ഒന്നിനുമീതെ ഒന്നായി നാലഞ്ചു ചെമ്പുകുടങ്ങൾ നിറച്ച് വെള്ളം തലയിലേറ്റി കലപിലകൂട്ടി കടന്നുപോകുന്ന സ്ത്രീകൾ.

ടാക്സിയിൽ നിന്നിറങ്ങി ഒരിടവഴി മുറിച്ചുകടന്നപ്പോൾ ബാലകൃഷ്ണാ ട്രെയ്ഡേഴ്സിന്റെ മുമ്പിലെത്തി. കടയുടമസ്ഥൻ ബാലകൃഷ്ണൻ അപ്പുക്കുട്ടനോട് ലോഹ്യഭാവത്തിൽ പുഞ്ചിരിച്ചു.

"ഇയാൾ ഇവിടുത്തെ ആദ്യകുടിയേറ്റക്കാരിൽ ഒരാളാണ്", അപ്പുക്കുട്ടൻ പറഞ്ഞു. "മറ്റേയാൾ മേനോൻ. വഴിയെ പരിചയപ്പെടാം."

ബാലകൃഷ്ണൻ ഒരു മറാത്തിസ്ത്രീയെ കല്യാണംകഴിച്ച് ഇവരിലൊരാളായി കഴിയുന്നു എന്നു കേട്ടപ്പോൾ ഞാൻ വിസ്മയാധീനനായി. അവരുടെ തട്ടകത്തിൽ കയറിച്ചെന്ന് ഒരു പെണ്ണിനെ പ്രേമിച്ച് കല്യാണം കഴിക്കാനുള്ള ഉൾക്കരുത്ത് ബാലകൃഷ്ണന്റെ മെലിഞ്ഞ ശരീരത്തിലുണ്ടായിരുന്നു എന്ന് വിശ്വസിക്കാനായില്ല. ഞാൻ ബാലകൃഷ്ണന്റെ മുഖത്തേക്ക് ആദരവോടെ നോക്കി.

ആസ്ബെസ്റ്റോസിന്റെ മേൽക്കൂടുള്ള ഒറ്റമുറിയിലേക്ക് ഞങ്ങൾ കയറി. സച്ചുവും നാരായണനും ചിരിച്ചുകൊണ്ട് നിൽക്കുന്നു. രണ്ടുപേരും എനിക്ക് നാട്ടിൽവച്ചുതന്നെ പരിചയമുള്ളവർ. നാരായണൻ ബന്ധു. സച്ചു സ്കൂളിലെ കൂട്ടുകാരൻ. നാട്ടിലെ മുന്തിയ തറവാട്ടിൽ പിറന്നവർ.

സച്ചു പൊടിക്കുപ്പി നീട്ടിക്കൊണ്ട് പറഞ്ഞു.

"വേണെങ്കി ഒന്നു വലിച്ചോ. യാത്രാക്ഷീണം മാറട്ടെ."

മുറി വെറുംമുറി മാത്രമായിരുന്നു. മോറിയിൽ വേണം കുളി. ബാക്കി ദിനചര്യകൾ പുറത്ത്. ഒരു ബക്കറ്റ് വെള്ളത്തിൽ കാക്കക്കുളി നടത്തി ഇരിക്കുമ്പോൾ സച്ചു സ്റ്റൗ കത്തിച്ച് ചായയുണ്ടാക്കി. നാരായണൻ കൂട്ടാനുള്ള കഷണം നുറുക്കി. എന്റെ ഉള്ളിൽ സങ്കടത്തിരകൾ അലതല്ലി. ഞാൻ നാട്ടിൽ ഉപേക്ഷിച്ചുപോന്നത് സ്വർഗ്ഗമാണെന്ന തീക്ഷ്ണ ബോധം എന്നെ വല്ലാതെ ഉലച്ചു.

ഞാൻ വന്നെത്തിയിരിക്കുന്ന ഈ കുടുസ്സുമുറി എന്റെ താവളമല്ല. അഭയസ്ഥാനവുമല്ല. ഒരിടത്താവളമെന്ന് കരുതി സമാധാനിക്കുക.

യാത്രാക്ഷീണവും രണ്ടു രാത്രിയിലെ ഉറക്കമില്ലായ്മയും എന്നെ തളർത്തിയിരുന്നു. ഒട്ടും മാർദ്ദവമില്ലാത്ത തറയിൽ വീണതേ ഓർമ്മയുള്ളു. മരണസമാനമായ ഉറക്കം അനുഗ്രഹമായി.

രണ്ട്
നഗരത്തിലെ ആദ്യരാത്രി

ആദ്യരാത്രി അനുരാഗവതിയായിരുന്നില്ല. കാമോത്സുകയായിരുന്നില്ല. അടുക്കണോ വേണ്ടയോ എന്നറിയാതെ പകച്ചു നിന്നു. അവളുടെ മൂളിപ്പാട്ടുമായി കൊതുകുകൾ പറന്നു. മനസ്സിന്റെ അനേകം സുഷിരങ്ങളിലൂടെ അശാന്തിയുടെ ഉറവകൾ ഒലിച്ചിറങ്ങി ഉള്ളിൽ തളംകെട്ടി നിന്നു. ആസ്ബസ്റ്റോസ് പലകകളിൽനിന്നും ഉദ്ഗമിക്കുന്ന ചൂടാണോ, കിടക്കുന്ന സ്ഥലത്തിന്റെ അപരിചിതത്വമാണോ, അരക്ഷിതബോധമാണോ, ഗൃഹാതുരതയാണോ സ്വാസ്ഥ്യം കെടുത്തുന്നതെന്ന് തീർത്തു പറയാനാവാത്ത ഒരവസ്ഥ.

അഞ്ചുമണിക്ക് നാരായണന്റെ ടൈംപീസ് അലാറം മുഴക്കി. സ്വിച്ചിട്ടാൽ പ്രവർത്തിക്കുന്ന യന്ത്രപ്പാവയെപ്പോലെ അയാൾ എഴുന്നേറ്റു. എന്തെങ്കിലും നേർത്ത ശബ്ദമുണ്ടാക്കാൻ പോലും നാരായണന് വിമ്മിഷ്ടമുള്ളതുപോലെ തോന്നി. എന്നാൽ വലിയ ശബ്ദങ്ങളുണ്ടാക്കാതെ തന്റെ കർമ്മപരിപാടികൾ ആരംഭിക്കാനാവില്ലെന്നും നാരായണനറിയാം. ചാടിപ്പിടഞ്ഞ് എഴുന്നേറ്റതിനുശേഷം എന്താണ് ചെയ്യേണ്ടത് എന്ന് രൂപമില്ലാതെയുള്ള നാരായണന്റെ നില്പ് ഞാൻ ശ്രദ്ധിച്ചുകൊണ്ടു കിടന്നു.

പൊക്കം കുറഞ്ഞ മനുഷ്യനായിരുന്നു നാരായണൻ. അഞ്ചടിയോ അതിലല്പം കൂടുതലോ. അകാലത്തിൽ നര കയറിയ മുടി. വെളുവെളുത്ത പല്ലുകൾ. മെലിഞ്ഞ ശരീരപ്രകൃതി. നഗരത്തിൽ വലിയവനും ചെറിയവനും ഉയരം കുറഞ്ഞവനും കൂടിയവനും മെലിഞ്ഞവനും തടിച്ചവനും ഒരിടമുണ്ട് എന്ന ഉൾവെളിച്ചം എന്നിൽ ആശ്വാസത്തിന്റെ തിരി കത്തിച്ചു.

പൊടുന്നനെ, സംശയങ്ങളെ മാറ്റിനിറുത്തി നാരായണൻ ചായയ്ക്കു വെള്ളം വയ്ക്കുമ്പോൾ, ഞാനുണർന്നു കിടക്കുകയാണെന്ന് മനസ്സിലാക്കിക്കൊണ്ട് ചോദിച്ചു.

ഒരു കട്ടനടിക്കുന്നോ?

ഞാൻ വേണമെന്നോ വേണ്ടെന്നോ പറഞ്ഞില്ല.

ഇത്രനേരത്തെ ചായ കുടിച്ചാൽ പിന്നെ ഉറക്കമുണ്ടാവില്ല, നാരായണൻ പറഞ്ഞു. ങ്ഹാ, നേരത്തെ എഴുന്നേറ്റ് എവിടെയും പോകാനില്ലല്ലോ.

ശരിയാണ്. എനിക്ക് എവിടെയും പോകാനില്ല. കിടക്കാനൊരിടം പോലെത്തന്നെ പ്രധാനമാണ് പോകാനൊരിടവും.

നാരായണൻ ചായക്കൂട്ടിത്തരുമ്പോൾ ഞങ്ങളുടെ കുടുംബബന്ധങ്ങളുടെ പഴയ വേരുകൾ തിരഞ്ഞു. എന്റെ മുത്തശ്ശിയും നാരായണന്റെ മുത്തശ്ശിയും ഒരേ നാട്ടാശ്ശാന്റെ കളരിയിലാണ് നിലത്തെഴുത്ത് പഠിച്ചത്. ഒരേ അമ്പലക്കുളത്തിൽ കുളിച്ച് ഒരേ തേവരെതന്നെയാണ് തൊഴുതിരുന്നത്. പക്ഷേ, അവർക്കു കിട്ടിയ വരദാനങ്ങൾ ഒന്നായിരുന്നു എന്ന് നാരായണൻ പറഞ്ഞില്ല. പിന്നീട് എന്നോ എന്റെ മുത്തശ്ശിയെ തൃപ്രയാർ പിഷാരത്തെ കുഞ്ഞുകൃഷ്ണപിഷാരോടി കല്യാണം കഴിച്ചു. അതിനുശേഷം കുടുംബബന്ധങ്ങളുടെ തുടർച്ച നഷ്ടപ്പെട്ടു. അത് വീണ്ടും ഇണക്കിച്ചേർക്കാനോണോ നമ്മളിങ്ങനെ കണ്ടുമുട്ടിയത്?

നാരായണൻ ഹൃദ്യമായി ചിരിച്ചു. ചായകുടിക്കലും അരികഴുകി അടുപ്പത്തിടലും ഒന്നിച്ചു കഴിച്ചു.

നാരായണനു കേന്ദ്രസർക്കാർ ജോലി. അതും പ്രസിദ്ധിയുടെ പ്രഭാപൂരത്തിൽ കുളിച്ചുനിൽക്കുന്ന പരമാണു ഗവേഷണകേന്ദ്രത്തിൽ. അതു കേട്ടതോടെ ആ ഉയരം കുറഞ്ഞ മനുഷ്യൻ എന്റെ കൺമുമ്പിൽ 'ഇമ്മിണി വല്ല്യേ ഒന്നു'പോലെ വളർന്നു. ചെവിയിൽ പ്രൊഫസർ പശുപതിയുടെ വാക്കുകളിരമ്പി. പ്രൊഫസർ ആന്ധ്രക്കാരനായതുകൊണ്ട് മലയാളം കഷ്ടിപിഷ്ടി.

'കുറ്റികേളേ' എന്ന് അഭിസംബോധന. നിങ്ങൾ എക്സ്പെരിമെന്റ്സ് ചെയ്യുന്ന ഇതേ ലാബിൽ ജോലി ശെയ്ത രണ്ടു കുറ്റികൾക്ക് അറ്റോമിക് എനർജി എസ്റ്റാബ്ലിഷ്മെന്റിൽ സെലക്ഷൻ കിട്ടി. ഈ പുവർ ടീച്ചർക്ക് എന്തൊരിഭാനം.

അരബിന്ദോ ശിഷ്യനായ അദ്ദേഹം കണ്ണടച്ച് ഒരു നിമിഷം മൗനപ്രാർത്ഥനയിൽ.

The first principle of true teaching is that nothing can be taught എന്നും every teacher should remember that he was a student എന്നും തന്റെ പുസ്തകങ്ങളിലൊക്കെ എഴുതി വയ്ക്കാറുള്ള പ്രൊഫസർ ജവഹർലാൽ നെഹ്റുവിന്റെയും ഡോ. ഹോമി ഭാഭയുടെയും സ്വപ്നസാക്ഷാത്കാരമായ ആണവകേന്ദ്രത്തിനെപ്പറ്റി എത്രയോ തവണ പറഞ്ഞിരിക്കുന്നു!

നാരായണൻ അവിടെയാണ് ജോലി ചെയ്യുന്നതെന്നറിഞ്ഞപ്പോൾ എന്റെ വിസ്മയാധരങ്ങൾക്ക് അതിരില്ല. മഹത്തായ സ്ഥാപനത്തിൽ ജോലി ചെയ്യുന്ന ആ കൊച്ചുമനുഷ്യൻ അലുമിനിയം ടബ്ബയിൽ ചോറ് നിറയ്ക്കുന്നതു നോക്കിക്കൊണ്ട് ഞാൻ കിടന്നു.

നാരായണൻ പുറത്തുകടന്നതും സച്ചു എഴുന്നേറ്റു.

ഒരു വലിയ നുള്ള് പൊടി ശബ്ദസമൃദ്ധിയോടെ വലിച്ചുകയറ്റി ക്കഴിഞ്ഞപ്പോൾ സച്ചുവിന്റെ ദിവസം ആരംഭിച്ചു.

ആരംഭവും അവസാനവുമില്ലാത്ത എന്റെ ദിവസം പുറത്തു തെളിയാൻ മടിച്ചു നിന്നു.

സച്ചു ഏത് ക്രമത്തിലാണ് ദിനചര്യകൾ നടത്തിയതെന്ന് എനിക്ക് മനസ്സിലായില്ല. തലേന്നാൾ അഴിച്ചിട്ടിരുന്ന ഉടുപ്പുകൾ എടുത്തു ധരിച്ചപ്പോൾ കരിയുടെയും മണ്ണിന്റെയും മണ്ണെണ്ണയുടെയും ഗ്രീസിന്റെയും സമ്മിശ്ര ഗന്ധങ്ങൾ മുറിയിൽ നിറഞ്ഞു. സച്ചുവിന്റെ കാക്കിപാന്റിൽ അവിടവിടെ തുളകൾ വീണിരുന്നു. ഷർട്ടിൽ കറയും ചെളിയും. ചെരിപ്പിന്റെ പിൻവശം തേഞ്ഞ് നഷ്ടപ്പെട്ടിരുന്നു.

സച്ചുവിന്റെ വേഷവും രൂപവും എന്നെ ചകിതനാക്കി.

ഞങ്ങളുടെ നാട്ടിലെ ഏറ്റവും മുന്തിയ തറവാട്ടിലെ സന്തതി ഏതോ കോൺട്രാക്റ്ററുടെ കൂലിവേലയിലാണെന്ന് പറയുമ്പോൾ സച്ചുവിന്റെ തൊണ്ടയിടറിയോ?

യൂണിയൻ കാർബൈഡിലും കാലിക്കോ മില്ലിലുമൊക്കെ നിത്യമെന്നോണം നിർമ്മാണപ്രവർത്തനങ്ങളുണ്ട്. അതുകൊണ്ട് അഷ്ടിക്കു മുട്ടില്ല. പക്ഷേ, ജോലിക്കു പോകുന്ന ദിവസമേ കൂലിയുള്ളു. നാലുദിവസം പനിപിടിച്ചു കിടന്നാൽ ഈ സച്ചിദാനന്ദന്റെ അടുത്തേക്ക് ഏതെങ്കിലും കുചേലൻ അവിൽപ്പൊതിയുമായി വരേണ്ടിവരും.

ആജ്ഞാപിച്ചും അനുസരിപ്പിച്ചും വളർന്ന ശീലങ്ങളിൽ നിന്ന് ആജ്ഞാനുവർത്തിയാകേണ്ടി വന്നപ്പോൾ സച്ചുവിന്റെ ഉൾത്തടം കണ്ണീരിൽ കുതിർന്നുവോ?

ആ ചോദ്യം ഞാൻ എന്നിലേക്ക് അമർത്തി.

സച്ചുവിന് അതിന്റെ ആവശ്യമുണ്ടായിരുന്നോ?

സച്ചു ഉറക്കെ ചിരിച്ചു. തുടർന്ന് മറുചോദ്യം.

ഞാൻ ജനിക്കേണ്ട വല്ല ആവശ്യവുമുണ്ടായിരുന്നോ? എനിക്ക് പകരം മറ്റൊരാളാവാമായിരുന്നില്ലേ? രാജയോഗമുള്ള ഒരു കുഞ്ഞ്?

വരൂഡോ, എന്റെ കാലോം വരും....

സച്ചു ഒരു വലി പൊടികൂടി അടിച്ചുകേറ്റി മുറി വിട്ടിറങ്ങി. ഞാൻ ആ പോക്കുനോക്കി അന്തംവിട്ടിരുന്നു.

അടുത്തത് അപ്പുക്കുട്ടന്റെ ഊഴം....

മുറിയുടെ ക്ഷേത്രഗണിതത്തിന് ചേരാത്ത അപ്പുക്കുട്ടന്റെ നീളം വലിയൊരസൗകര്യമാണെന്ന് എനിക്കു തോന്നി. സ്വന്തം തല എവിടെയും മുട്ടാതിരിക്കാനുള്ള ഒരു പ്രയാസമായി മാറിയിട്ടുണ്ടോ? (ഇടതുപക്ഷാശയങ്ങളോട് കഠിനമായ ചായ്‌വുള്ള ആളായിരുന്നു, അപ്പുക്കുട്ടൻ. ചങ്ങമ്പുഴ, വയലാർ മുതലായവരുടെ കവിതകൾ ഹൃദിസ്ഥമാണെന്നു മാത്രമല്ല, ഇടയ്ക്കൊന്ന് മൂളുകയും ചെയ്യും. അദ്ധ്വാനിക്കുന്നവന്റെയും തൊഴിലാളിയുടെയും നല്ല കാലത്തിന്റെ ഉദയം വരാതിരിക്കില്ലെന്ന് ഉറച്ചു വിശ്വസിച്ചിരുന്ന ആ മനുഷ്യൻ പിൽക്കാലങ്ങളിൽ ഒരു തികഞ്ഞ ഭക്തനായി ഭജന പാടുന്നതിന്റെ പൊരുൾ എന്നെ എന്നും അലട്ടുന്നു. ഫിലിപ്പ് എം. പ്രാസാദിന് സായിബാബാ ഭക്തനാകാമെങ്കിൽ എന്തുകൊണ്ട് അപ്പുക്കുട്ടനായിക്കൂടാ എന്ന മറുചോദ്യത്തിന് എന്റെ കയ്യിൽ ഉത്തരമില്ല. തീവ്രമായ പ്രതിബദ്ധതയും വിപ്ലവബോധവുമുണ്ടായിരുന്ന വേറെ പലരും കാവിവസ്ത്രവും കറുത്തവസ്ത്രവും അണിഞ്ഞത് അവരുടെ സ്വകാര്യദുഃഖങ്ങൾക്ക് ഉപശാന്തി തേടിയാവാം, അല്ലെങ്കിൽ വിശ്വാസത്തിന്റെ അടിത്തറയിളക്കുന്ന ഭൂകമ്പങ്ങൾ മനസ്സിൽ സംഭവിച്ചതുകൊണ്ടാവാം. എന്തായാലും എപ്പോൾ വേണമെങ്കിലും മാറിയിടാവുന്ന ഒരു കുപ്പായമാണ് വിശ്വാസം എന്ന ബോധം എനിക്കിന്നുവരെ ഉണ്ടായിട്ടില്ല. നാളെ ഉണ്ടാവാനും ന്യായമില്ല. മനസ്സിന്റെ ചാഞ്ചാട്ടങ്ങൾക്ക് അറുതി വന്ന പ്രായത്തിലിരുന്നാണല്ലോ ഞാനിത് കുറിക്കുന്നത്.)

എന്താ കപ്പൽച്ചേതം വന്നപോലെ ഇരിക്കണത്?

അപ്പുക്കുട്ടൻ ചോദിച്ചു.

വേറെ എന്തു ചെയ്യാനാ?

എനിക്ക് ഇന്നുകൂടി ലീവുണ്ട്. ഞാൻ തടിയനെ നഗരമൊക്കെ ഒന്നു കാണിച്ചുതരാം. നാളെ മുതൽ സ്വയം ഇറങ്ങി പുറപ്പെടണം.

ഞങ്ങൾ പുറത്തിറങ്ങി പി. റൂട്ടിന് കാത്തുനിന്നു. അന്ന് ബി.ഇ.എസ്.ടി. ബസ്സുകൾക്ക് നമ്പറായിരുന്നില്ല. ഇംഗ്ലീഷ് അക്ഷരമാലയിലെ അക്ഷരങ്ങളായിരുന്നു റൂട്ടുകളെ സൂചിപ്പിച്ചിരുന്നത്. അന്നത്തെ പി. റൂട്ട് ഇന്നത്തെ 381 ആണെന്നാണ് ഓർമ്മ. നമ്പറുകൾ വന്നതോടെ അക്ഷരങ്ങൾ മറന്നു.

മൂന്ന്

അന്വേഷണത്തിന്റെ വഴികൾ

സിന്ധികൃാമ്പിലെത്തിയപ്പോൾ അപ്പുക്കുട്ടന്റെ ദൃക്‌സാക്ഷിവിവരണം: തുടർന്ന് അല്പം ചരിത്രം.

നാല്പത്തേഴിൽ വിഭജനക്കാലത്ത് അഭയാർത്ഥികളായി വന്നവരാണിവർ. അന്ന് അവർക്കു താമസിക്കാൻ കൊടുത്തത് പഴയ മിലിറ്ററി ബാരക്കുകളായിരുന്നു. ബാരക്കുകളിലിരുന്ന് കച്ചവടം ചെയ്ത് കൊഴുത്തവർ നല്ല വീടുകൾ പണിതു. എന്തെങ്കിലും അല്പം വിദ്യാഭ്യാസമുണ്ടായിരുന്നവർക്ക് സർക്കാർ സ്ഥാപനങ്ങളിലും മറ്റും ജോലികിട്ടി. അഭയാർത്ഥികളോട് ആരും ജനനതീയതി ചോദിച്ചില്ല. സർട്ടിഫിക്കറ്റുകൾ ആവശ്യപ്പെട്ടില്ല. റേഷൻകാർഡ് ചോദിച്ചില്ല. എല്ലാ രേഖകളും സമ്പാദ്യങ്ങളും ഇട്ടെറിഞ്ഞ് ജീവനുംകൊണ്ട് ഓടിരക്ഷപ്പെട്ടവരണാല്ലോ അവർ. അതുകൊണ്ട് പലർക്കും വയസ്സിന്റെയും ജോലിയുടെയും വിദ്യാഭ്യാസത്തിന്റെയും ആനുകൂല്യങ്ങൾ കിട്ടി. സിന്ധികളുടെ മാത്രമായ മറ്റൊരാവാസകേന്ദ്രമാണ്, യു.എസ്.എ. എന്ന അപരനാമധേയത്തിലറിയപ്പെടുന്ന ഉല്ലാസ്നഗർ. മറ്റെവിടെയും ലഭിക്കാത്ത സാധനങ്ങൾ ഉല്ലാസ്നഗറിൽ ലഭിക്കും. ഉല്ലാസ്നഗറിൽ ലഭിക്കാത്തത് മറ്റെവിടെയും ലഭിക്കുകയില്ല. അക്ഷീണപരിശ്രമവും വ്യവസായ കൗശലവുമുള്ള സിന്ധികൾ നഗരത്തിന്റെ സമ്പദ്ഘടനയിൽ നിർണായകമായ പങ്കുവഹിച്ചു.

നഗരത്തിൽ വിവിധ ജനവിഭാഗങ്ങൾക്ക് അവരുടേതായ പ്രവർത്തനമണ്ഡലങ്ങളുണ്ട്. വ്യവസായ-വാണിജ്യമേഖലകൾ കയ്യടക്കിവാഴുന്നത് ഗുജറാത്തികളും മാർവാഡികളുമാണ്. സിനിമാരംഗത്ത് ക്ഷേമൈശ്വര്യങ്ങളും പേരും പ്രശസ്തിയുമാർജ്ജിക്കുന്നവർ അധികവും പഞ്ചാബികളാണ്. അവരുടെ നിറവും ആകാരസൗഷ്ഠവവും പ്ലസ്പോയന്റുകൾ. ഹോട്ടലുടമകൾ ഭൂരിഭാഗവും മംഗലാപുരത്തെ ഷെട്ടിമാരും ഉഡുപ്പിയിലെ എമ്പ്രാന്തിരിമാരും. തൊഴിൽ സേവനരംഗങ്ങളിൽ ഇവിടത്തുകാരോട് മത്സരിച്ച് അടിഞ്ഞുകൂടുന്നവർ തമിഴരും മലയാളികളും.

അപ്പുക്കുട്ടന്റെ സംഭാഷണം തീരുന്നതിനുമുമ്പ് ഒരു ഡബിൾ ഡെക്കർ പുറപ്പെടാൻ തയ്യാറായി.

ഇരുനിലബസ്സിന്റെ മുകളിൽ ഞാനാദ്യമായി കയറുകയാണ്. അവിടെയിരുന്നാൽ കാണുന്ന നഗരം വളരെ വ്യത്യസ്തമായിരിക്കുമെന്ന മൂഢബോധം എനിക്കുണ്ടായി.

ഇത് ഇലക്ട്രിക് ഹൗസ് വരെ പോകുന്ന ബസ്സുകളാണ്, അപ്പുക്കുട്ടൻ പറഞ്ഞു. പക്ഷേ നമുക്ക് കിംഗ്സർക്കിളിൽ ഇറങ്ങാം. പിന്നെ ഒരു ട്രാം യാത്ര.

ഒരണയോ പത്തുപൈസയോ മറ്റോ കൊടുത്ത് ഞങ്ങൾ ട്രാമിൽ കയറി.

ട്രാം സർവീസ് നിർത്താൻ പോവുകയാണ്, അപ്പുക്കുട്ടൻ പറഞ്ഞു. രണ്ടുമൂന്നു ദിവസം ഇതിൽ കയറി നഗരം കണ്ടോളു. തുടങ്ങുന്നിടത്തു നിന്ന് കയറുക. അവസാനിക്കുന്ന ദിക്കിൽ ഇറങ്ങുക.

ട്രാം ഒരു ചക്കടാവണ്ടിപോലെ നീങ്ങിത്തുടങ്ങിയപ്പോൾ ഞാൻ അന്തപ്പായിയുടെ കാളവണ്ടിയിലായിരുന്നു. ഒരാഴ്ചമുമ്പാണ് അച്ഛനെയും കൊണ്ട് കണ്ണുവൈദ്യന്റെ വീട്ടിലേക്കു പോയത്.

കാലത്തുതന്നെ കാളവണ്ടി പടിക്കലെത്തി. കാളകൾ കുടമണി കിലുക്കി വരവറിയിച്ചു. അന്തപ്പായി വണ്ടിക്കകത്ത് നിറയെ വൈക്കോൽ വിരിച്ചിരുന്നു. അതിനുമീതെ വിരിക്കാനുള്ള മെത്തപ്പായ വീട്ടിൽനിന്നാണ്. പണ്ട് ആറാട്ടുപുഴ പൂരത്തിന് ഞങ്ങൾ പോയത് അന്തപ്പായിയുടെ വണ്ടിയിലാണ്. ഉല്ലാസപ്രദമായ യാത്രയായിരുന്നു അത്. കണ്ണുവൈദ്യന്റെ അടുക്കലേക്കുള്ള യാത്ര ഒരുതരത്തിലും ആഹ്ലാദപൂർണ്ണമായിരുന്നില്ല. കാഴ്ച മങ്ങിവരുന്ന അച്ഛന്റെ കണ്ണുകളിൽ വൈദ്യൻ പതിനൊന്നു ദിവസത്തെ ചികിത്സ ചെയ്യാൻ പോകുന്നു. ഞാൻ നഗരത്തിലേക്ക് വണ്ടി കയറുമ്പോൾ അച്ഛൻ വീട്ടിലുണ്ടാവില്ല. കരുവന്നൂരായിരിക്കും. ചികിത്സയോ യാത്രയോ നീട്ടിവയ്ക്കാൻ പറ്റുമായിരുന്നില്ല.

തന്നെ പോയാൽ ഞങ്ങൾക്ക് സമാധാനമുണ്ടാവില്ല. പരിചയമുള്ള ഒരാളുടെകൂടെ പോകുന്നതുതന്നെ നല്ലത്.

എന്റെ ചികിത്സ നടന്നോളും. നീ പൊയ്ക്കോ.

അച്ഛൻ അങ്ങനെ തീർത്തുപറഞ്ഞതുകൊണ്ടാണ് പോന്നത്. യാത്ര പുറപ്പെടുന്ന ദിവസം അച്ഛനെ കാണാൻ പോയപ്പോൾ തലയിണക്കടിയിൽനിന്ന് എഴുപത്തഞ്ചുറുപ്പിക എടുത്തുതന്നു. ഇരുനൂറ്റമ്പത് ഉറുപ്പിക ശമ്പളം വാങ്ങുന്ന ഒരദ്ധ്യാപകന് അതൊരു വലിയ സംഖ്യയായിരുന്നു. ചികിത്സയ്ക്ക് സ്വരൂക്കൂട്ടിവച്ചിരുന്ന പണത്തിൽനിന്നാണ് അച്ഛൻ എടുത്തുതന്നത്. ആ സമയം എന്റെ മനസ്സ് നീറുകയും കണ്ണുകൾ നിറയുകയും ചെയ്തിരിക്കണം...

ട്രാം ടെർമിനസ്സിൽ ഇറങ്ങി ഞങ്ങൾ ഗെയ്റ്റ്‌വേ ഓഫ് ഇന്ത്യയിലേക്കു നടന്നു.

ഇത് ജോർജ്ജ് അഞ്ചാമനും പത്നിയും കപ്പലിറങ്ങിയതിന്റെ ഓർമ്മയ്ക്കായി പണിതതാണ്. വേണമെങ്കിൽ കൊളോണിയലിസത്തിന്റെ സ്മാരകം എന്നു പറയാം. ഈ കവാടം നഗരത്തിലേക്ക് മാത്രമല്ല തുറന്നത്. കൂടെക്കൂടെ കപ്പൽ കയറിവന്ന ഭരണത്തിനും അധികാരത്തിനും ഭാരതത്തിലേക്കുള്ള പ്രവേശനകവാടമായി മാറിയത് ചരിത്രമാണല്ലോ. കൽമതിലിനോട് ചേർത്തുകെട്ടിയിരുന്ന ചെറിയ ബോട്ടുകൾ ഓളങ്ങളിൽ ചാഞ്ചാടുന്നുണ്ടായിരുന്നു. തൊട്ടപ്പുറത്തുനിന്ന് ഉല്ലാസയാത്രക്കാരെ എലിഫന്റാ ഗുഹകളിലേക്ക് കൊണ്ടുപോവുകയും വരികയും ചെയ്യുന്ന ബോട്ടുകൾ. ഉത്സവപ്പറമ്പിലെന്നതുപോലെ ആളുകൾ.

ഇതാണ് താജ്മഹൽ ഹോട്ടൽ, എതിരിൽ കാണുന്ന കെട്ടിടനിരയിലേക്കു ചൂണ്ടി അപ്പുക്കുട്ടൻ പറഞ്ഞു. നമുക്ക് പ്രവേശിക്കാൻ കഴിയാത്ത ഒരു മായാലോകമാണ്.

അടുത്തതായി കാണിച്ചുതന്നത് പത്രങ്ങളുടെ മുത്തശ്ശി. – ടൈംസ് ഓഫ് ഇന്ത്യ.

ഇതിൽ ജോലിക്കുവേണ്ടി പരസ്യം കൊടുക്കുന്നവരുണ്ട്. ചിലപ്പോൾ വല്ല ജോലിയും കിട്ടും.

ഞാനത് പിറ്റേദിവസം സ്വയം ചെയ്തോളാമെന്ന് ഏറ്റു.

തിരിച്ച് ട്രെയിനിലായിരുന്നു യാത്ര. ബോംബെയുടെ സിരാവ്യൂഹം ഈ റെയിൽശൃംഖലകളാണ്. ലക്ഷക്കണക്കിനാളുകൾ അന്നത്തിനുവേണ്ടി ആശ്രയിക്കുന്ന വണ്ടികളുടെ ഓട്ടം നിലച്ചാൽ നഗരത്തിന്റെ രക്തചംക്രമണവും നിലയ്ക്കും. നഗരം നിർജ്ജീവമാകും. നര കയറിയ വിക്ടോറിയാ ടെർമിനസ്സിന്റെ കമാനങ്ങളിലൂടെ ജനങ്ങളുടെ നിലയ്ക്കാത്ത പ്രവാഹം. ചീറി വരുന്ന ഓരോ വണ്ടി ഛർദ്ദിച്ചിടുന്ന മനുഷ്യർ ആക്രാന്തരായി അനേകം ദിശകളിലൂടെ പായുന്നു. ചെന്നെത്തേണ്ട ലക്ഷ്യം മാത്രമേ അപ്പോൾ അവരുടെ മുമ്പിലുള്ളു. ഇൻഡിക്കേറ്റർ നോക്കാനും ട്രെയിനുകളുടെ വിവരങ്ങൾ മനസ്സിലാക്കാനുമുള്ള ബാലപാഠങ്ങൾ ഞാൻ പഠിച്ചു.

ചെമ്പൂര്ന്ന് കയറിയിരുന്നാ ഇവടെ വന്നിട്ട് എറങ്ങ്യാമതി. ദാ ആ കമാനത്തിന്റെ പുറത്തുകടന്ന് നോക്കണത് ടൈംസിന്റെ മുഖത്തേക്കാണ്. ഉള്ളിൽ ആത്മവിശ്വാസം ഉണ്ടായിരുന്നില്ലെങ്കിലും ഞാൻ പറഞ്ഞു, ശരി. നിമിഷങ്ങളുടെ ദൈർഘ്യങ്ങൾ മാത്രം ഇടവേളയാക്കിക്കൊണ്ട് വണ്ടികൾ ചീറിപ്പാഞ്ഞു കൊണ്ടേയിരുന്നു.

നാല്

അന്വേഷണം

ഇംഗ്ലീഷിൽ ഒരപേക്ഷ തട്ടിക്കൂട്ടാനുള്ള തച്ചുശാസ്ത്രം അറിയുമായിരുന്നില്ല. ഇപ്പോൾ ആ കീറാമുട്ടി കൊത്തിപ്പൊളിച്ചേ തീരൂ. ബയോഡാറ്റാ എന്നൊക്കെ ഞാൻ ആദ്യമായി കേൾക്കുകയാണ്.

ഒരു കടിഞ്ഞൂൽ പ്രസവത്തിന്റെ വേദനയും വിമ്മിഷ്ടവും അനുഭവിച്ചുകൊണ്ട് മൂന്ന് പാരഗ്രാഫുകളിൽ ഞാനൊരപേക്ഷ സൃഷ്ടിച്ചു.

ആദ്യ പാരഗ്രാഫ്:

താങ്കളുടെ പ്രശസ്തമായ സ്ഥാപനത്തിൽ തൊഴിലവസരങ്ങളുണ്ടെന്ന് അറിയുന്നതുകൊണ്ട് അനുയോജ്യമായ ഏതെങ്കിലുമൊന്നിന് ഞാൻ സ്വയം സമർപ്പിക്കുന്നു.

രണ്ടാമത്തെ പാരഗ്രാഫ്:

രസതന്ത്രം ഐച്ഛികവിഷയമായെടുത്ത് പാസ്സായതിന്റെ കേരളാ യൂണിവേഴ്സിറ്റി നൽകിയ സർട്ടിഫിക്കറ്റ് മാത്രമാണ് എന്റെ യോഗ്യത. മുൻകാല പരിചയം ഇല്ല.

മൂന്നാമത്തെ പാരഗ്രാഫ്:

നിങ്ങളെ സേവിക്കാനുള്ള സന്ദർഭം ലഭിക്കുകയാണെങ്കിൽ എന്റെ സർവ്വശക്തികളുമുപയോഗിച്ച്, മേലാധികാരികളെ സന്തുഷ്ടരാക്കുന്ന വിധം കടമകൾ നിർവഹിക്കുന്നതിൽ ഞാൻ ബദ്ധശ്രദ്ധനായിരിക്കും.

നന്ദിപൂർവ്വം, നിങ്ങളുടെ വിശ്വസ്തൻ

(കയ്യൊപ്പ്)

എഴുതിക്കഴിഞ്ഞപ്പോൾ ആദ്യം തോന്നിയത്, മറ്റുള്ളവരെ സന്തുഷ്ടരാക്കാൻ വേണ്ടി എന്റെ ജീവിതം ആരംഭിച്ചു കഴിഞ്ഞു എന്നാണ്. അതിന് ഞാൻ വളരെ നിസ്സാരമായ ഒരു വിലയാണ് പറയാൻ പോകുന്നത്. വലിയ വിലപറഞ്ഞാൽ വേറെ ആളെ നോക്കിയെങ്കിലോ?

എഴുതിയ അപേക്ഷ സുഹൃത്തിന് കാണിച്ചുകൊടുത്തു.

അയാൾ അസാധാരണമാംവിധം പൊട്ടിച്ചിരിച്ചു.

തടിയാ, ഇതുമുഴുവൻ ടൈംസിൽ ഇടണമെങ്കിൽ തറവാട് തീറെഴുതിക്കൊടുക്കണം.

എന്റെ അജ്ഞതയിൽ ഞാൻ വിഷണ്ണനായി.

ടൈംസിൽ ചെന്നാൽ അവരൊരു ഫോറം തരും. 'സിറ്റ്യുവേഷൻ വാണ്ടട്' കോളത്തിൽ കൊടുക്കാനാണെന്ന് പറഞ്ഞാൽ മതി.

ഏറ്റവും കുറഞ്ഞ വാക്കുകളിൽ സംഗതിയെഴുതണം. വാക്കു കൂടിയാൽ കാശു കൂടും.

വാക്ക് കാശാണെന്ന ബോധം അന്നാണുണ്ടായത്.

കെമിസ്ട്രിയിൽ ബിരുദമുള്ള ഒരു യുവാവിന് അനുയോജ്യമായ ഒരു ജോലി ആവശ്യമുണ്ട്. ബോക്സ് നമ്പർ.... രണ്ടേ രണ്ട് വരി മാത്രം.

അച്ഛന്റെ എഴുപത്തഞ്ചു രൂപയിൽ ഒരു പൊടിപോലും ബാക്കിയില്ല.

വർഷങ്ങൾക്കുശേഷം നഗരത്തിന്റെ മുഖം എഴുതുമ്പോൾ ഞാൻ ശ്രീധരനെ ഇതേ കൗണ്ടറിന്റെ മുമ്പിലാണ് കൊണ്ടുനിർത്തിയത്. ഭാഗ്യത്തിന് ശ്രീധരൻ ശാലിനിയെ കണ്ടുമുട്ടി.

എനിക്ക് ശാലിനിയോ മാലിനിയോ അവിടെയുണ്ടായിരുന്നില്ല. ഞാൻ തികച്ചും ഒറ്റയ്ക്കായിരുന്നു.

വി.ടി.യിലേക്കുള്ള യാത്ര കഴിഞ്ഞ് വഴിതെറ്റാതെ തിരിച്ചെത്തിയപ്പോൾ മനസ്സിൽ ആത്മവിശ്വാസത്തിന്റെ ഒരു കണികയുണ്ടായിരുന്നു.

സച്ചു താരതമ്യേന വെളുത്ത ഷർട്ടും തുളവീഴാത്ത പാന്റും തല്ലിക്കയറ്റി എവിടേക്കോ പുറപ്പെട്ടു നിൽക്കുന്നു.

എവിടേക്കാ യാത്ര?

ചില്ലറ പണിയുണ്ട്.

ഇനിയും പണിയോ?

ഇതങ്ങനത്തെ പണിയല്ല, സച്ചു ചിരിച്ചു. ഇത് ഡിസ്ട്രിബ്യൂട്ട് ചെയ്യണം.

സച്ചുവിന്റെ കൈയിൽ കമ്മ്യൂണിസ്റ്റ് പത്രങ്ങളായിരുന്നു. ചിന്ത, നവലോകം, നവജീവൻ തുടങ്ങിയവ.

സച്ചുവിന് കമ്മ്യൂണിസത്തോട് അത്രയ്ക്ക് ആഭിമുഖ്യമുണ്ടെന്ന് എനിക്കു വിശ്വസിക്കാനായില്ല.

ആഭിമുഖ്യോം മണ്ണാങ്കട്ടയൊന്നുമല്ല, അപ്പുക്കുട്ടൻ പറഞ്ഞു. പത്രം വിതരണം ചെയ്താൽ മാസം കൊറച്ച് ചില്ലാനം കിട്ടും. ഞാൻ ഏർപ്പെടുത്തിക്കൊടുത്തതാണ്.

സച്ചു കുനിഞ്ഞിരുന്ന് സൈക്കിൾ ചവിട്ടി പോകുന്നത് ഞാൻ നോക്കി നിന്നു.

വീണ്ടും ഒരിക്കൽ സച്ചുവിനെ കാണുന്നത് ഏകദേശം ആറുകൊല്ലം മുമ്പ് നാട്ടിൽ വച്ച്. ഒരു സന്ധ്യനേരത്ത് ഞാൻ സച്ചുവിനെ അന്വേഷിച്ചിറങ്ങി.

വഴിയോരത്തുതന്നെ ഓടിട്ട ഒരു കൊച്ചുവീട്. സമ്പന്നനായ ജ്യേഷ്ഠൻ പണിയിച്ചുകൊടുത്തതാണ്. ആ വീടിന്റെ വരാന്തയിൽ സച്ചു തലയിലെ കുറ്റിരോമം തടവിക്കൊണ്ടിരിക്കുന്നു. പിഴിച്ചിലിനും ധാരയ്ക്കും ശിരോവസ്തിക്കും വേണ്ടി മുടി വടിച്ചിറക്കിയതാണ്. നാസാദ്വാരങ്ങൾ കൂടുതൽ വലുതായിരിക്കുന്നു. ഒക്കത്ത് വച്ചിരുന്ന പൊടിക്കുപ്പിയും വലുതായിരുന്നു.

ഞാൻ അന്വേഷിച്ചുചെന്നതിൽ സച്ചു ആഹ്ലാദിച്ചു. ഞങ്ങൾ പഴയ ഓർമ്മകൾ കൈമാറി. പരസ്പരം വിശേഷങ്ങൾ ചോദിച്ചറിഞ്ഞു.

സച്ചു കല്യാണം കഴിച്ചിരുന്നു, രണ്ടു കുട്ടികളുണ്ട്.

ഇടയ്ക്കുവച്ച് ഒരു ദിവസം ഏതോ ഓളത്തിൽ അങ്ങനെ ഒഴുകിപ്പോയി. എന്തിനു പോയി എന്നൊന്നും നിശ്ചയമില്ല. എത്തിയത് മലമ്പുഴയാണ്. അവിടെ ചെന്നപ്പോൾ, ധാരാളം വെള്ളം കണ്ടപ്പോൾ കുളിക്കണമെന്നു തോന്നി. ഒന്നും ഓർക്കാതെ വെള്ളത്തിലേക്ക് എടുത്തു ചാടി. നെഞ്ചടിച്ചാണ് വീണതെന്ന് രക്ഷപ്പെടുത്തിയവർ പറഞ്ഞു. അതോടെ മൂത്രത്തിന്മേലുള്ള നിയന്ത്രണം നഷ്ടപ്പെട്ടു.

സച്ചുവിന്റെ മുണ്ടിൽ നനവ് കാണാം. കിടയ്ക്ക എപ്പോഴും നനഞ്ഞിട്ടാണ്. ഭാര്യയുടെ കണ്ണുകളും.

ഞായറാഴ്ച മഷിയിട്ടുനോക്കിയാലും നാരായണനെ കാണില്ല. അന്ന് അലാറമടിക്കുന്നതിന്റേയോ സ്റ്റൗ കത്തിക്കുന്നതിന്റേയോ ശബ്ദവും ബഹളവുമില്ല. പെട്ടി തുറക്കുന്ന ഒച്ചകൂടി ഞങ്ങളെ ശല്യം ചെയ്യരുതെന്ന് കരുതിയാവണം ഞായറാഴ്ച ധരിക്കാനുള്ള ഷർട്ടും പാന്റും ശനിയാഴ്ച രാത്രിതന്നെ നാരായണൻ പുറത്തെടുത്തുവയ്ക്കുന്നത്. ഉള്ളതിൽ മുന്തിയ വേഷമാണ് ഞായറാഴ്ച ഉപയോഗിക്കുക. എവിടെയാണ് പോകുന്നതെന്നോ എപ്പോൾ തിരിച്ചുവരുമെന്നോ ആരോടും പറയില്ല. പരമരഹസ്യം. ജാരസംസർഗത്തിനെന്നതുപോലെയുള്ള ആ പോക്കും വരവും നാരായണനെ മറ്റൊരാളാക്കി തീർത്തു.

നാരായണൻ കാമുകിയെ കാണാനാണോ ഒരുങ്ങിപ്പുറപ്പെട്ടു പോകുന്നത്?

ഞാൻ അപ്പുക്കുട്ടനോട് ചോദിച്ചു.

കാമുകിയുണ്ട്, തൃശൂർക്കാരൻ ഒരു സ്വാമി. ഇയാളുടെ ഓഫീസിൽ പേഴ്സണൽ ഓഫീസർ. വഡാലയിൽ താമസം. ആശാൻ വഡാലയിലേക്ക് നടക്കുകയേയുള്ളൂ. തിരിച്ചും.

സ്വാമിയെ സേവ പിടിക്കുന്നത് അനിയന്മാരേക്കൂടി അകത്തുകയറ്റാനാണ്.

നാരായണന്റെ വാഡാലാസന്ദർശനങ്ങൾ വൃഥാവിലായില്ല. രണ്ടനിയന്മാരെയും അകത്തുകയറ്റി എന്ന് പില്ക്കാലങ്ങളിൽ ഞാനറിഞ്ഞു. അലാറത്തിന്റെയും സ്റ്റൗവിന്റെയും ഒച്ചപ്പാടുകളല്ലാതെ യാതൊരൊച്ചപ്പാടുകളും നാരായണന്റെ ജീവിതത്തിലുണ്ടായിട്ടില്ല. ഉണ്ടാവാൻ ആഗ്രഹിച്ചതുമില്ല. ഞാൻ ചെറിയ മനുഷ്യൻ; എനിക്ക് ചെറിയ ജീവിതം എന്നൊരു തൃപ്തിയിൽ ജീവിച്ചു. നാരായണന്റെ കുടുംബജീവിതം ശാന്തിയും സമാധാനവും സന്തോഷവും നിറഞ്ഞതായിരുന്നു. മകൻ നല്ലതുപോലെ പഠിച്ചു. സാമാന്യം നല്ല നിലയിലെത്തിച്ചേർന്നു. പെൻഷൻ പറ്റിയശേഷം ഞങ്ങൾ തമ്മിൽ കണ്ടിട്ടില്ല.

അഞ്ച്
ഒരു മെയ്ദിന ചിന്തകൾ

1960 മെയ് ഒന്ന്.

മഹാരാഷ്ട്ര സംസ്ഥാനം രൂപീകരിക്കപ്പെട്ടു. അതിന്റെ ആഘോഷത്തിമർപ്പുകളിൽ, ശബ്ദകോലാഹലങ്ങളിൽ, ദീപപ്രഭകളിൽ നഗരം മതി മറന്നതിന് ഞാൻ ദൃക്സാക്ഷിയായി.

ഉച്ചഭാഷിണികൾ അനവരതം ശബ്ദിച്ചുകൊണ്ടിരുന്നു. മഹാരാഷ്ട്രാ സംസ്ഥാനത്തിനുവേണ്ടി പോരാടുകയും ആത്മബലി നൽകുകയും ചെയ്തവരുടെ ത്യാഗോജ്ജ്വല കഥകൾ എനിക്കറിയാത്തൊരു ഭാഷയിൽ നാനാഭാഗത്തുനിന്നും കേട്ടു. ലതാമങ്കേഷ്കറും ആശാഭോസ്ലെയും പണ്ഡിറ്റും ഭീംസെൻ ജോഷിയും അന്തരീക്ഷത്തെ സംഗീതസാന്ദ്രമാക്കി. ഗ്രാമപ്രദേശങ്ങളിൽനിന്നു വന്ന കലാകാരന്മാരും കലാകാരികളും 'തമാശ'യും ലാവണിയും കാഴ്ച വച്ചു. ജനങ്ങൾ ഉത്സവപ്പറമ്പിലെന്ന പോലെ ചുറ്റിനടന്നു. ഓഫീസുകൾക്കും വ്യവസായശാലകൾക്കും വിദ്യാലയങ്ങൾക്കും അവധിയായിരുന്നു.

ഹർഷോന്മാദത്തിന്റെ തിരകളിലേക്ക് എന്റെ കൊതുമ്പുവള്ളം ഇറക്കാൻ ഞാൻ ഭയപ്പെട്ടു. എന്നെ സംബന്ധിച്ചിടത്തോളം ഒന്നും ചെയ്യാനില്ല.

എന്റെ പെട്ടിയുടെ അടിയിൽ കിടന്നിരുന്ന ഒരു കത്തിനെക്കുറിച്ചോർത്തു.

നാട്ടിൽനിന്നു പോരുമ്പോൾ ആർ.കെ. തന്ന കത്ത്. അദ്ദേഹത്തിന്റെ ഭാര്യയുടെ അമ്മാമൻ പാർക്ക് ഡേവിസിന്റെ മാർക്കറ്റിംഗ് ഡയറക്ടറായിരുന്നു. പരേതനായ ശ്രീ. എം.ആർ. മേനോൻ.

ഖാർ റോഡിലെ ഇക്ബാൽ നിവാസിൽ തനിയെ കയറിച്ചെല്ലാനുള്ള ആത്മധൈര്യം എനിക്കില്ലായിരുന്നു. ഞാൻ അപ്പുക്കുട്ടനെയും വിളിച്ചു.

കൂടെവരുന്നതിന് വിരോധമൊന്നുമില്ല. പക്ഷേ ഞാൻ പുറത്തു നിൽക്കുകയേയുള്ളൂ. അപ്പുക്കുട്ടൻ പറഞ്ഞു.

ഒരു വൈകുന്നേരമാണ് ഞാനവിടെ ചെന്നത്. അദ്ദേഹത്തിന്റെ വിശാലമായ ഡ്രായിംഗ് ഹാളിലിരിക്കുമ്പോൾ എന്റെ നിസ്സാരത മനസ്സിലാക്കി.

നാട്ടുവിശേഷങ്ങൾ താത്പര്യപൂർവം ചോദിച്ചറിഞ്ഞതിനുശേഷം ശ്രീ. മേനോൻ പറഞ്ഞു. നിങ്ങൾ വന്ന സമയം പന്തിയായില്ല....

(ജനിച്ച സമയത്തിന്റെ പന്തികേടാണ് എന്നെ ഇവിടെക്കൊണ്ടെത്തിച്ചത് എന്നോർക്കുകയായിരുന്നു ഞാൻ.)

പുതിയ സ്റ്റേറ്റിന്റെ ജനനവും മറ്റും ജോലിസാദ്ധ്യതകളെ സാരമായി ബാധിക്കും, പിന്നെ നമ്മുടെ നാട്ടിൽനിന്ന് വരുന്നവർക്ക് പല പരിമിതികളുമുണ്ട്. ഇംഗ്ലീഷ് നന്നായി സംസാരിക്കാനോ എഴുതാനോ അവർക്കാവില്ല. എന്തിന്, ഫോൺ ചെയ്യാൻപോലും....

അദ്ദേഹം അതു പറയുമ്പോൾ ഞാൻ സൃഷ്ടിച്ച അപേക്ഷയിലെ വികൃതവാചകങ്ങൾ മനസ്സിൽ തിക്കിത്തിരക്കി.

ഇവിടെ നല്ല ലൈബ്രറികളുണ്ട്. പോയി കുറെ വായിക്കൂ. പഠിക്കൂ.

ടീപോയിൽ വച്ചിരുന്ന ചായ ഞാൻ ഒറ്റവലിക്കു കുടിച്ചുതീർത്തു.

എന്റെ പരിഭ്രമവും അപകർഷതാബോധവും അദ്ദേഹത്തിന് നന്നെ രസിച്ചിരിക്കണം. അതിന്റെ അടയാളമായ ഒരു പുഞ്ചിരി ആ മുഖത്തുണ്ടായിരുന്നു.

ഞാൻ ധൃതിയിൽ യാത്ര പറയാൻ തുടങ്ങുമ്പോൾ അദ്ദേഹം പറഞ്ഞു.

അഡ്രസ്സ് തന്നേക്കൂ. എന്തെങ്കിലും തരപ്പെടുമെങ്കിൽ ഞാൻ അറിയിക്കാം.

അദ്ദേഹം നീട്ടിയ റൈറ്റിംഗ്പാഡിൽ അഡ്രസ്സെഴുതുമ്പോൾ ഞാൻ മടിച്ചു.

മാഹൂൾ എന്ന മുക്കുവഗ്രാമത്തിലെ വീടിന് പേരോ നമ്പറോ ഉണ്ടായിരുന്നില്ല. അഥവാ ഉണ്ടായിരുന്നെങ്കിൽതന്നെ എനിക്ക് അറിയുമായിരുന്നില്ല.

ഒരു മേൽവിലാസമില്ലാത്ത താനൊക്കെ എന്തിനാടോ കയറി വന്ന് എന്റെ വിലയേറിയ സമയം കളയുന്നത് എന്നദ്ദേഹത്തിന് തോന്നിയിട്ടുണ്ടാവുമോ?

ഞാൻ അപ്പുക്കുട്ടന്റെ ഓഫീസ് അഡ്രസ്സ് കെയർ ഓഫ് ആയി എഴുതിക്കൊടുത്തു. ആ അഡ്രസ്സിൽ അദ്ദേഹം എന്നെ ഒന്നും അറിയിക്കുകയുണ്ടാവില്ലെന്ന് എനിക്കുറപ്പുണ്ടായിരുന്നു.

ഒരു ജോലിക്കുവേണ്ടി ആദ്യമായും അവസാനമായുമുള്ള ആശ്രയത്വമായിരുന്നു അത്.

രണ്ടു പതിറ്റാണ്ടുകൾക്കുശേഷം 'തണൽ' എന്ന നോവലെറ്റ് എഴു താനുള്ള പ്രേരണ ലഭിച്ചത് ഈ സന്ദർശനത്തിൽ നിന്നാണ്.

പിന്നീട് വർഷങ്ങൾക്കുശേഷം ശ്രീ. മേനോൻ ഒരിക്കൽ വീട്ടിൽ വന്നു. അന്നു ഞാൻ അണുശക്തിനഗറിലെ എവറസ്റ്റ് എന്ന ടവർ ബ്ലോക്കിൽ പതിനാറാം നിലയിൽ താമസിക്കുകയായിരുന്നു. ഉയരങ്ങളിൽ ജീവിക്കുന്നതിന്റെ സൗകര്യങ്ങളെക്കുറിച്ചും അസൗകര്യങ്ങളെക്കുറിച്ചും അദ്ദേഹം അന്ന് സംസാരിച്ചു.

എന്നെ സംബന്ധിച്ചിടത്തോളം കാറ്റിന്റെയും വെളിച്ചത്തിന്റെയും സമൃദ്ധിയൊഴിച്ചാൽ ആ ഉയരത്തിനു യാതൊരു പ്രസക്തിയുമുണ്ടായിരുന്നില്ല. അവിടെനിന്ന് എനിക്ക് ലഭിക്കാറുള്ള ദൂരക്കാഴ്ചകളും, ഉദയാസ്തമയങ്ങളും ഋതുക്കൾ മാറുമ്പോൾ മാറുന്ന പ്രകൃതിയുടെ മുഖഭാവങ്ങളും ഒരുപക്ഷേ ആന്തരികമായ ചില ചലനങ്ങളുണ്ടാക്കിയിട്ടുണ്ടാവും. എന്നാൽ അത് ഒരു താത്കാലിക പാർപ്പിടം മാത്രമാണെന്ന ബോധം മനസ്സിന്റെ ഉപരിതലത്തിൽ എപ്പോഴും തെളിഞ്ഞുനിന്നിരുന്നു. അതുകൊണ്ട് ഉയരത്തോട് അനാസക്തനാവാൻ ഞാൻ ശ്രമിച്ചു.

ശ്രീ. മേനോനെ ഒരിക്കൽ കൂടി ഞാൻ കണ്ടു. അപ്പോൾ അദ്ദേഹം ശ്വാസകോശാർബുദം ബാധിച്ച് കിടപ്പിലായിരുന്നു. നാളുകൾ എണ്ണപ്പെട്ടു കഴിഞ്ഞിരുന്നു.

വർഷങ്ങൾക്കുമുമ്പ് കടന്നുചെന്ന സ്വീകരണമുറിയും ആ മുറിയിൽ നിറഞ്ഞുനിന്ന വലിയ മനുഷ്യന്റെ സാന്നിധ്യവും സ്വപ്നത്തിലെന്ന പോലെ തെളിഞ്ഞുവന്നപ്പോൾ അദ്ദേഹത്തിന്റെ മുഖത്തേക്കു നോക്കി. എല്ലാം അറിഞ്ഞിട്ടും ഒന്നും അറിയാത്തതുപോലെ അദ്ദേഹം ഭാവിച്ചു. നിറുത്താതെ സംസാരിച്ചു. എന്റെ കുടുംബത്തെപ്പറ്റിയും കുട്ടികളെപ്പറ്റിയും ചോദിച്ചു.

അത് ഞങ്ങളുടെ അവസാനത്തെ കൂടിക്കാഴ്ചയായിരുന്നു.

വാസ്തവത്തിൽ എനിക്കദ്ദേഹത്തോട് തോന്നിയിരുന്ന വികാരം എന്തായിരുന്നു?

ആദ്യമായി അദ്ദേഹം പറഞ്ഞ പ്രോത്സാഹജനകമല്ലാത്ത വാക്കുകൾ എന്നിലുളവാക്കിയത് നീരസമാണ്.

അദ്ദേഹവും എന്നെപ്പോലെ ഒരുൾനാടൻ ഗ്രാമത്തിൽനിന്ന് ഇംഗ്ലീഷ് സംസാരിക്കാനറിയാതെ, ഫോൺ ചെയ്യാനറിയാതെ വന്നുപെട്ടതാണ്. നഗരത്തിൽ, അന്ന് അവസരങ്ങൾ കൂടുതലും യോഗ്യതയുള്ളവർ കുറവുമായിരുന്നു. വി.ടി. സ്റ്റേഷനിൽ ബിരുദധാരികൾ വണ്ടിയിറങ്ങുന്നുണ്ടോ എന്നു നോക്കി കമ്പനിയുടമകളോ അവരുടെ പ്രതിപുരുഷന്മാരോ കാത്തുനിൽക്കാറുണ്ടെന്ന് അതിശയോക്തി കലർത്തി പലരും പറയാറുണ്ട്. വാസ്തവം അതായിരിക്കില്ല. അദ്ദേഹത്തിന്റെ കഠിനപ്രയത്നവും

ഭാഗ്യവും കൈകോർത്തതുകൊണ്ടാവാം ഏണിപ്പടികൾ നിഷ്പ്രയാസം ചവിട്ടിക്കയറാനായത്.

അറുപതുകളിൽ വന്ന എനിക്കുണ്ടായിരുന്ന അവസരങ്ങൾ ഇന്ന് ഇവിടെയത്തുന്ന ഒരാൾക്ക് ലഭിച്ചുവെന്ന് വരില്ല. എത്ര കഴിവുറ്റവനായാലും ഇന്ന് കടുത്ത മത്സരങ്ങളെ അതിജീവിച്ചുവേണം മുന്നോട്ടുപോകാൻ. എങ്കിലും ചിലർ മുന്നോട്ടുപോകുന്നു. ചിലർ വഴിയൊഴിഞ്ഞ് കൊടുക്കുന്നു. മറ്റുചിലർ പിന്തള്ളപ്പെടുന്നു. ഇതിൽ എവിടെയാണ് എന്റെ സ്ഥാനം? കാലം ഇനിയും അത് അടയാളപ്പെടുത്തിയിട്ടില്ല. അടയാളപ്പെടുത്തണമെന്ന് നിർബന്ധവുമില്ല. കാനേഷുമാരിക്കണക്കിലെ നമ്പറുകൾ മാത്രമായി ലക്ഷക്കണക്കിനു മനുഷ്യർ ജീവിക്കുന്ന നമ്മുടെ രാജ്യത്ത് ഒരു സ്ഥാനം വേണമെന്ന് ആഗ്രഹിക്കുന്നതുതന്നെ അവിവേകമല്ലേ?

ആറ്

പതിനൊന്നാമത്തെ വിരൽ

ആഘോഷങ്ങളുടെ തീ കെട്ടടങ്ങി. തോരണങ്ങളും ബാനറുകളും അപ്രത്യക്ഷമായി. നഗരം അതിന്റെ ചിട്ടകളിലേക്ക് തിരിച്ചുവന്നു.

ടൈംസ് ഓഫ് ഇന്ത്യയുടെ 'റെസ്പോൺസ്' കൗണ്ടറിൽ ഞാൻ പ്രസാദത്തിന് കൈ നീട്ടുന്ന ഭക്തനായി. എന്റെ കൈകളിൽ അഞ്ചാറ് നീളൻ കവറുകൾ.

എന്നെ ആവശ്യമുള്ളവരും ഈ ലോകത്തിലുണ്ടല്ലോ എന്ന ആശ്വാസത്തോടെ കവറുകൾ പൊളിച്ചു. 'ഗ്രൈൻഡ്‌വെൽ അബ്രസീവ്സ്' എന്നൊരു കമ്പനി എന്നെ 'ഉറാനി'ലേക്ക് ക്ഷണിച്ചിരിക്കുന്നു. ഉറാൻ ഇറാനിനടുത്താണോ എന്നതായിരുന്നു, ആദ്യ സംശയം. രണ്ടാമത്തെ പാർട്ടി കുർളയിലുള്ള സ്വസ്തിക് എൻജിനീയറിംഗ് വർക്സ്. എനിക്കും എൻജിനീയറിംഗിനും തമ്മിൽ എന്തു ബന്ധം?

ബാക്കിയുള്ള നാലുപേർ എന്നോടു ജോലിക്ക് അപേക്ഷിച്ചിരിക്കുന്നു! ഞാനപ്പോൾ അപ്പുവാര്യർ മാഷെ ഓർത്തു. മാഷ്ടെ ട്യൂഷൻ ക്ലാസിൽ കുട്ടികൾക്കു കൊടുക്കുന്ന നോട്ടുകൾ ട്യൂഷനു പോകാത്തവർ പകർത്തിയെഴുതിയാൽ, മാഷ് പറയാറുണ്ടായിരുന്നു, ഇല നക്കി പട്ടീടെ ചിറി നക്കി പട്ടി....

മുറിയിലെത്തി ആദ്യം അന്വേഷിച്ചത് ഉറാൻ എവിടെയാണെന്നാണ്.

ബോട്ടിൽ ചെന്നുചേരേണ്ട സ്ഥലമാണെന്ന അപൂർണ്ണമായ അറിവേ സഹമുറിയന്മാർക്കുണ്ടായിരുന്നുള്ളു. അറിയാത്ത സ്ഥലത്തേക്കുള്ള യാത്ര വേണ്ടെന്നു വച്ചു.

അടുത്ത ദിവസം കുർളയിലേക്ക്.

മാഹൂളിൽ നിന്നുള്ള ബസ്സ് ഘാട്കോപ്പർ സ്റ്റേഷന്റെ മുമ്പിൽ ചെന്നു നിന്നു.

അന്ന് ഘാട്കോപ്പർ ഇന്നത്തെപ്പോലെ ജനസാന്ദ്രമായിരുന്നില്ല. വൺവേ ട്രാഫിക് നടപ്പാക്കിയിരുന്നില്ല. ഓട്ടോറിക്ഷകളുണ്ടായിരുന്നില്ല.

ടാക്സിക്ക് മിനിമം ചാർജ് എട്ടണയോ, ഒരുറുപ്പികയോ ആയിരുന്നു. ഓവർബ്രിഡ്ജിന്മേൽ കൂടി ആരേയും മുട്ടാതെ കൈയും വീശി നടന്ന് അപ്പുറത്തേക്കു കടക്കാം. ഇന്നത്തെപ്പോലെ ആൾക്കൂട്ടമില്ല.

അവിടെ നേരിട്ട് കുർളയ്ക്ക് ബസ്സുണ്ടായിരുന്നു. റൂട്ട് ഏതാണെന്ന് ഇപ്പോൾ ഓർമ്മയില്ല.

അശോക് ലേലാൻഡിന്റെ സ്റ്റോപ്പിലിറങ്ങി പിന്നാക്കം നടന്ന് ബ്രദ്മാ കോംപൗണ്ട് ചോദിച്ചറിഞ്ഞു. ബ്രദ്മാ കോംപൗണ്ടിലായിരുന്നു, സ്വസ്തിക് എൻജിനീയറിംഗ് വർക്സിന്റെ ഓഫീസും വർക്ക്ഷോപ്പും.

ഓഫീസിൽ കടന്നുചെല്ലുന്നിടത്ത് സന്ദർശകർക്കിരിക്കാനുള്ള സോഫകൾ. അവരെ അഭിമുഖീകരിച്ചുകൊണ്ട് ഇരിക്കുന്ന ടൈപ്പിസ്റ്റ്. ചെറുപ്പക്കാരൻ. സുമുഖൻ. കട്ടിയേറിയ ചില്ലുള്ള കണ്ണട ധരിച്ചിരുന്നു.

ഞാൻ ക്ഷണക്കത്ത് കാണിച്ചു.

അയാൾ ഇരിക്കാൻ നിർദ്ദേശിച്ചു.

ജീവിതത്തിലെ ആദ്യത്തെ ഇന്റർവ്യൂ ആയിരുന്നു അത്.

ഇവിടെ ഒരുപകഥയുടെ ആവശ്യം അനിവാര്യമാണ്. ജീവിതം പലപ്പോഴും ഒരു തുടർക്കഥയല്ലല്ലോ. പരിണാമഗുപ്തിയും കാത്തുസൂക്ഷിക്കാൻ കഴിഞ്ഞെന്നുവരില്ല. ആദ്യം സംഭവിക്കേണ്ടത് പിന്നീടും പിന്നീട് സംഭവിക്കേണ്ടത് ആദ്യവുമായിട്ടരങ്ങേറി ജീവിതം നമ്മെ കളിയാക്കുന്നു. അതെന്തുകൊണ്ട് എന്ന ചോദ്യത്തിന് പ്രസക്തിയില്ല. അതങ്ങനെയൊക്കെ സംഭവിച്ചു എന്നെ നമുക്കുത്തരമുള്ളൂ.

1959-ൽ പരീക്ഷ എഴുതിക്കഴിഞ്ഞപ്പോൾ ഇനിയും വീട്ടിൽ നിൽക്കുന്നത് ചിതമല്ലെന്ന് തോന്നി. ജീവിതത്തിലെ വെല്ലുവിളികളെ നേരിട്ട അനേകം കഥാപാത്രങ്ങൾ മനസ്സിലുണ്ടായിരുന്നു. വിശ്വം, ഗോവിന്ദൻകുട്ടി, സേതു, അപ്പുണ്ണി... അങ്ങനെ നിരവധി പേർ. ഉറൂബും, എം.ടിയും സൃഷ്ടിച്ച കഥാപാത്രങ്ങൾ.

ഞാൻ കഥാപാത്രങ്ങളെ പിന്തുടരുകയായിരുന്നോ അതോ അവരുടെ വിധികൾ ഏറ്റുവാങ്ങുകയായിരുന്നോ എന്ന് നിശ്ചയമില്ല. സ്വന്തമായ ഒരൂടുവഴി കണ്ടുപിടിക്കാനുള്ള അഭിവാഞ്ഛ എന്റെയുള്ളിൽ ചാട്ടവാറെടുത്ത് വീശി എന്ന് തോന്നുന്നു. അതിന്റെ അടികൊണ്ട് നിൽക്കാൻ വയ്യാത്തൊരവസ്ഥയിൽ ഞാൻ പുറപ്പെട്ടു.

എന്റെ ഒരകന്ന സഹോദരൻ (ബന്ധം നിർവചിച്ചാൽ അമ്മാമൻ) മദ്രാസിൽ ഒരു ഹോസ്റ്റലിൽ ജോലി ചെയ്തിരുന്നു. അദ്ദേഹം അനാഥനായിരുന്നു. അച്ഛനമ്മമാരോ കൂടപ്പിറപ്പുകളോ ഇല്ലാത്ത ഒറ്റയാൻ. എനിക്കോർമ്മ വയ്ക്കുമ്പോൾ വെളുത്ത് സുന്ദരനായ ബാലൻചേട്ടൻ ഞങ്ങളുടെ കുടുംബാംഗമായിരുന്നു. അമ്മയുടെ സ്നേഹപാത്രം.

വിളിച്ചതും പറഞ്ഞതും കേൾക്കാനുള്ള ഒരു സഹായി. വീട്ടിലെ എല്ലാ ജോലികൾക്കും അമ്മ ബാലനെ വിളിക്കും. വലിയമ്മാമനും മുത്തശ്ശിയുമൊക്കെ ബാലൻചേട്ടനെ ചീത്തപറയുന്നത് ഞങ്ങൾക്ക് രസിക്കാറില്ല. ബാലൻചേട്ടന് പത്തുപതിനെട്ട് വയസ്സായപ്പോൾ അമ്മ പറഞ്ഞു, ബാലാ നീയെങ്ങെടേങ്കിലും പൊക്കോ. ഇവിടെ അടുക്കളപ്പണിയെടുത്ത് നിന്നാൽ നിനക്കൊരു ജീവിതമുണ്ടാവില്ല.

ബാലൻചേട്ടൻ ചേച്ചിയുടെ ഉപദേശം സ്വീകരിച്ചാണ് മദ്രാസിലേക്കു വണ്ടികയറിയത്. അദ്ദേഹത്തിന്റെ അടുത്താണ് ഞാൻ ചെന്നെത്തുന്നത്; തികച്ചും നിസ്വനും നിസ്സഹായനുമായി.

എനിക്ക് ഭക്ഷണം തരുന്നതായിരുന്നില്ല അങ്ങേരുടെ പ്രശ്നം, എവിടെ താമസിപ്പിക്കും എന്നതായിരുന്നു. സ്കൂൾകൂട്ടികൾ താമസിക്കുന്ന ഹോസ്റ്റലിൽ അന്യർക്ക് പ്രവേശനമില്ല.

എന്നെ റെയിൽവേസ്റ്റേഷനിൽ നിന്ന് ചൂളയിലെ വേപ്പേരി സ്ട്രീറ്റിലെ 'സത്യാ' ഹോസ്റ്റലിലേക്ക് കൂട്ടിക്കൊണ്ടുപോകുമ്പോൾ ബാലൻചേട്ടനെ സംബന്ധിച്ചിടത്തോളം ഞാനൊരു വിഴുപ്പുഭാണ്ഡമായിരുന്നു. അലക്കാനും വയ്യ, വലിച്ചെറിയാനും വയ്യ. ചുമന്നേ പറ്റൂ.

ചൂളൈ മാർക്കറ്റിനു സമീപം ഞങ്ങളുടെ ഒരയൽക്കാരൻ താമസിച്ചിരുന്നു. മദ്രാസ് ഫയർ സർവ്വീസിലെ നാരായണൻ നായർ. കാരിരുമ്പിന്റെ ദൃഢതയുള്ള ശരീരം. വലത്തേ കയ്യിന് ആറു വിരൽ. എടുത്തുപിടിച്ച മുഖഭാവം.

നാരായണൻനായരോട് നേരിട്ടു നിന്ന് സംസാരിക്കാൻ ആരും ഒന്നു പതറും. എതിരിടാൻ സാമാന്യക്കാരൊന്നും ധൈര്യപ്പെടില്ല.

നാരായണൻനായരുടെ വീട്ടിൽ എന്നെ നിക്ഷേപിച്ച് ബാലൻചേട്ടൻ ഹോസ്റ്റലിലേക്കോടി. നാല് മുറികളും നടുക്കൊരു 'കൂട'വുമുള്ള വീട്. അതിൽ ഒരു മുറിയിലാണ് നാരായണൻനായരും അദ്ദേഹത്തിന്റെ രണ്ടളിയന്മാരും താമസിച്ചിരുന്നത്. മറ്റ് മൂന്നു മുറികളിൽ ബിന്നിയിലും ഗവൺമെന്റ് സർവ്വീസിലുമൊക്കെയുള്ള ചെറുപ്പക്കാർ. അവരൊന്നും പകലുണ്ടാവില്ല. ഉറങ്ങാൻ മാത്രമാണ് എത്തുക.

ഞാൻ, അവിടെയുണ്ടായിരുന്ന ഒരേയൊരു ബഞ്ചിൽ എന്നെ പ്രതിഷ്ഠിച്ച് നാരായണൻനായരുടെ വർത്തമാനം ശ്രദ്ധിച്ചു.

ഞാൻ പണ്ട് വീടൊന്നും എടുത്തു താമസിച്ചിരുന്നില്ല. വീണേടം വിഷ്ണുലോകമായിരുന്നു എനിക്ക്. ഈ പിള്ളേരെ നാട്ടിന്ന് കൊണ്ടന്നപ്പോഴാണ് ഈ മുറി വാടകയ്ക്കെടുത്തത്. മൂത്തവൻ ശ്രീധരൻ. പാവമാണ്. പോർട്രസ്റ്റിൽ ചെറിയ ജോലിയുണ്ട്. രണ്ടാമൻ ഭാസ്കരൻ. വെളഞ്ഞ വിത്താണ്. മൂക്കത്ത് ശുണ്ഠിയും. പിന്നെ ഇവനാരാ ജോലി കൊടുക്കാ?

എനിക്കാരും ജോലി തരണ്ട.

ഭാസ്കരൻ ടാപ്പിന്റെ അടുത്തുനിന്ന് പാത്രം കഴുകുന്നതിനിടയ്ക്ക് മുറുമുറുത്തു.

കണ്ടോ, കണ്ടോ അവന്റെ ധിക്കാരം.

ഞാൻ ധിക്കാരാണോ പറഞ്ഞത്? ഞാൻ ജോലിക്ക് പോയ്വാ ചേട്ടന് ചോറു വച്ചുതരുവാനും പാത്രം കഴുകാനും പിന്നെ ആരാ?

ചേട്ടൻ അവനെ ചൂഷണം ചെയ്യുന്നതിന്റെ ചിത്രം പൂർണ്ണമായി.

താനിവന്റെ ചീറ്റലും ചാടലും കണ്ട് ഒന്നും വിചാരിക്കണ്ട. ഉള്ളതുകൊണ്ട് സുഖമായി ഇവിടെ കഴിയാം. ഒന്നൂല്ലിങ്കിലും അമ്മേടേം മുത്തശ്ശീടേം കയ്യിന്ന് കൊറെ ചോറും ദോശേം ഒക്കെ തിന്നിട്ടുള്ളവനല്ലേ ഞാൻ.

നാരായണൻനായർ ആ കടപ്പാട് തീർക്കാനുള്ള ബദ്ധപ്പാടിലാണെന്നോർത്തപ്പോൾ എനിക്കവിടെ കൂടുന്നത് ഒട്ടും ശരിയല്ലെന്ന് തോന്നി. പക്ഷേ, മറ്റെവിടെപ്പോകാൻ?

ഭാസ്കരൻ പാചകത്തിന്റെ ബഹളങ്ങളിലേക്കു പിൻവലിഞ്ഞു.

നാരായണൻനായർ ബൂട്ടും ബട്ടനുകളും പോളീഷ് ചെയ്യുന്നതിൽ ബദ്ധശ്രദ്ധൻ. ഒരു നിറവുമില്ലാത്ത അവരുടെ ജീവിതത്തിൽ നാരായണൻനായരുടെ ബൂട്ടുകളുടെ മിനുക്കവും ബട്ടനുകളുടെ തിളക്കവും മാത്രമേയുള്ളുവെന്ന് തോന്നി. അതിലേക്കാണ് അയാളുടെ പതിനൊന്നാമത്തെ വിരൽപോലെ ഞാൻ.

ഏഴ്

ആളിപ്പടർന്ന തീ

നാരായണൻനായർ നൈറ്റ് ഡ്യൂട്ടി കഴിഞ്ഞുവന്നു. യൂണിഫോം അഴിച്ചു വച്ചു. തോർത്തുമുണ്ടുടുത്തു. ഭാസ്കരൻ കൊണ്ടുവന്നുവച്ച ചായ കുടിച്ചു. ഭാസ്കരനെ നാല് ചീത്തപറഞ്ഞു. കുളിച്ച് ഭസ്മവും ചന്ദനവും തൊട്ടു. ബൂട്ടും ബട്ടൻസും പോളീഷ് ചെയ്യാനിരുന്നു.

ജീവിതത്തിലെ നല്ലൊരു സമയം ബൂട്ടും ബട്ടനും പോളീഷ് ചെയ്യാനാണ് അയാൾ ചെലവഴിക്കുന്നതെന്നു തോന്നി. ഏതാണ്ട് അത്രയും സമയം ഭാസ്കരനുമായുള്ള കന്നംകടിക്കും. അക്ഷരാർത്ഥത്തിൽ അവർ കീരിയും പാമ്പും പോലെയായിരുന്നു. എന്നിട്ടും ഒരേ മാളത്തിൽ കഴിയുന്നു!

ശ്രീധരനെപ്പോലെ നിരുപദ്രവിയും നിഷ്കളങ്കനുമായ ഒരാളെ ഞാൻ കണ്ടിട്ടില്ല. അയാൾ ആരുടെയും ഭാഗം പറഞ്ഞില്ല. ആരെയും ഉപദേശിച്ചില്ല. കാലത്ത് ചോറ്റുപാത്രവുമായി ജോലിക്കുപോയാൽ സന്ധ്യയോടെ തിരിച്ചെത്തുന്നു. ഭക്ഷണം കഴിച്ച് നേരത്തെ കിടന്നുറങ്ങുന്നു. ശമ്പളം കിട്ടുമ്പോൾ അതങ്ങനെത്തന്നെ അളിയനെ ഏല്പിക്കുന്നു. അയാൾ ഷർട്ടോ മുണ്ടോ വാങ്ങിക്കൊടുത്താൽ ധരിക്കും. അല്ലെങ്കിൽ മുഷിഞ്ഞ വേഷം തന്നെ.

ഭാസ്കരൻ നാരായണൻനായരോടു മാത്രമേ അരിശപ്പെടാറുള്ളു. എന്നോട് വലിയ അടുപ്പത്തിലായിരുന്നു. 'ദിനതന്തി' നോക്കി തമിഴ് തപ്പിത്തപ്പി വായിക്കാൻ എന്നെ പഠിപ്പിച്ചത് ഭാസ്കരനാണ്. അവൻ ചൂടുള്ള വാർത്തകൾ എന്നെ വായിച്ചു കേൾപ്പിക്കും. 'ഇരണ്ട് രൂപായ് കൊട്. ഇരവിമ്പം കൊടുക്കലാം' എന്നും മറ്റുമുള്ള തലക്കെട്ടുകൾ ഞാനിപ്പോഴും ഓർക്കുന്നു.

എംപ്ലോയ്മെന്റ് എക്സ്ചേഞ്ചിൽ പേര് രജിസ്റ്റർ ചെയ്യാൻ എന്നെ ഉപദേശിച്ചത് നാരായണൻനായരാണ്.

എംപ്ലോയ്മെന്റ് എക്സ്ചേഞ്ച് എവിട്യാണ്?

അതൊക്കെ കാണിച്ചുതരാം. നാളെ ഡ്യൂട്ടിക്കു പോകുമ്പൊ കൂടെ വന്നാൽ മതി.

മൗണ്ട്റോഡിലായിരുന്നു, എംപ്ലോയ്മെന്റ് എക്സ്ചേഞ്ച്. എക്സ്ചേഞ്ച് കണ്ടുപിടിക്കലായിരുന്നില്ല, കുഴപ്പം. ഭാഷയായിരുന്നു തടസ്സം. മലയാളത്തിൽ പറഞ്ഞാൽ തമിഴൻ കാര്യം ഗ്രഹിച്ചോളും. പക്ഷേ, കോളേജിലൊക്കെ പഠിച്ചുവന്ന ഇയാൾക്ക് പടപടാ എന്നു നാല് ഇംഗ്ലീഷ് സംസാരിക്കാൻ അറിയില്ലെന്ന് നാരായണൻനായർ മനസ്സിലാക്കിയാൽ...

ഞാനാകെ വിയർപ്പിൽ കുളിച്ചു. മനസ്സിൽ പലപ്രാവശ്യം കോപ്പിയെഴുതി, I want to register my name.

അതിനപ്പുറം കടന്നെന്തെങ്കിലും ചോദിച്ചാൽ എന്റെ ഷാപ്പ് പൂട്ടിയതു തന്നെ.

ടൂത്ത്പെയ്സ്റ്റ് ഞെക്കി തുറുപ്പിക്കുന്നതുപോലെ ഞാൻ വാചകം പുറത്തെടുത്തു.

അവിടെയിരുന്ന ഓഫീസറോ, ക്ലാർക്കോ എന്റെ പാരവശ്യം മനസ്സിലാക്കി ഒരു ഫോം എടുത്തു തന്നു.

ഇത് ഫില്ലപ്പ് പണ്ണിടുങ്കൊ...

ഞാൻ ഫോം പൂരിപ്പിച്ചു കൊടുത്ത് പുറത്തുകടന്നു, ഒരു കെണിയിൽ നിന്ന് രക്ഷപ്പെട്ട ആശ്വാസത്തോടെ.

നാരായണൻനായർ തന്നെയാണ്, ബിന്നിയിൽ ജോലിചെയ്തിരുന്ന രാഘവൻനായർക്ക് എന്നെ പരിചയപ്പെടുത്തിയത്. രാഘവൻനായർ പ്രായമുള്ള മനുഷ്യനായിരുന്നു. മില്ലിലെ ജോലി കഴിഞ്ഞാൽ പലവിധ തിരക്കുകൾ. അത്യാവശ്യം ജ്യോത്സ്യം, ജാതകപ്പൊരുത്തം, വിവാഹ ദല്ലാൾ, യൂണിയൻ പ്രവർത്തനം.... തിരക്കൊഴിഞ്ഞ നേരമില്ല. എന്റെ കാര്യവും വഴിപോലെ ശ്രദ്ധിക്കാമെന്നേറ്റു.

ഒരു ദിവസം ഞാൻ മാനംനോക്കിക്കിടക്കുമ്പോൾ രാഘവൻനായർ ഓടിക്കിതച്ചെത്തി.

ങ്ഹാ, ഇവടെങ്ങനെ ഇരുന്നാമത്യോ? വേഗം റെഡിയാവ്. നമുക്കൊരിടത്ത് പോകാനുണ്ട്.

ഞങ്ങൾ പുറപ്പെട്ടു.

വലിയൊരാളെ കാണാനാണ് പോകുന്നതെന്ന് രാഘവൻനായർ പറഞ്ഞു. അദ്ദേഹം ഒന്നു മനസ്സുവച്ചാൽ രക്ഷപ്പെട്ടു.

എല്ലാം മൂളിക്കേട്ടു. ഒന്നും ചോദിച്ചില്ല. ഏത് കഴുതക്കാലു പിടിക്കാനും തയ്യാറായിരുന്നു.

ഒട്ടും പ്രതീക്ഷിക്കാത്ത തരത്തിലുള്ള സ്വീകരണം. മധുരപലഹാരങ്ങളോടൊപ്പമുള്ള ചായസൽക്കാരം. കുടുംബനാഥൻ എന്റെ എല്ലാ വിവരങ്ങളും ചോദിച്ചറിഞ്ഞു.

രാഘവൻനായർ ഇരുന്ന് നീലയ്ക്കുന്നത് ഞാൻ കണ്ടു. ഒരു വലിയ തെറ്റിദ്ധാരണയിലാണ് ഈ നാടകം അരങ്ങേറിയതെന്ന് പിന്നീടറിഞ്ഞു. മകൾക്കു പറ്റിയ ഒരാളെ കണ്ടുപിടിക്കാൻ രാഘവൻനായരെ അദ്ദേഹം ഏല്പിച്ചിരുന്നു!

പിറ്റേദിവസം തന്നെ അഡിസൺസ് പെയിന്റ്സ് ആന്റ് കെമിക്കൽസ് എന്ന കമ്പനിയുടെ വർക്സ് മാനേജരുടെ വീട്ടിലേക്ക് എന്നെ കൂട്ടിക്കൊണ്ടുപോയി. മുണ്ടൂർകാരനായ മണി അയ്യർ. അദ്ദേഹം അനുഭാവപൂർവ്വം എന്റെ കാര്യം പരിഗണിക്കാമെന്നേറ്റു. ഇടയ്ക്കു ചെന്ന് ഓർമ്മപ്പെടുത്തണമെന്നും പറഞ്ഞു. മാസത്തിൽ ഒരു തവണയെങ്കിലും ഞാനദ്ദേഹത്തെ പോയിക്കണ്ടു.

അതിനിടെ എംപ്ലോയ്മെന്റ് എക്സ്ചേഞ്ചിൽ നിന്ന് ചില കോളുകൾ കിട്ടി. ഒന്നും ശരിയായില്ല. എല്ലാം പ്രഹസനങ്ങൾ.

എട്ടൊമ്പതു മാസം കഴിഞ്ഞപ്പോൾ അഡിസൺസിൽ നിന്ന് കൂടിക്കാഴ്ചയ്ക്കുള്ള ക്ഷണം. ഒപ്പിട്ടിരിക്കുന്നത് മണി അയ്യർ. അതിൽ കൂടുതലെന്തുവേണം? ജോലി ഉറപ്പായ ആത്മവിശ്വാസത്തോടെയാണ് ഞാൻ പെരുമ്പൂർക്ക് പോയത്. ഇന്റർവ്യൂ നടത്തിയതും മണി അയ്യർ...

ഒരാഴ്ച കഴിഞ്ഞപ്പോൾ മണി അയ്യർ എന്നെ വിളിപ്പിച്ചു. ഇത്തവണ അദ്ദേഹത്തിന് ഒന്നും ചെയ്യാനാവില്ല. ഡയറക്ടറുടെ ഒരു കാൻഡിഡേറ്റുണ്ട്. അയാളെ എടുത്തേ പറ്റൂ. അടുത്ത ചാൻസ് വരട്ടെ...

ഒരു ഗർഭകാലത്തെ പ്രതീക്ഷയ്ക്കുശേഷം ചാപിള്ള പിറന്നതുപോലെയുള്ള അനുഭവം. ജീവിതത്തിൽ അത്ര തീക്ഷ്ണമായ നിരാശ മറ്റൊരിക്കലും അനുഭവപ്പെട്ടിട്ടില്ല.

ഇനിയൊരു കാത്തിരിപ്പ് വയ്യ.

നാരായണൻനായർ അസാധാരണമായി ചിരിച്ചുകൊണ്ട് കയറി വന്നു.

എന്താ എല്ലാം ശരിയായില്ലേ?

ഞാൻ നിരർത്ഥകമായി ഒന്നു മൂളിയതേയുള്ളു.

പുറത്ത് പിള്ളയാർകോവിൽ തെരുവിൽ സോഡാബോട്ടിലുകൾ ഉടയുന്ന ശബ്ദം. പോർവിളികൾ, ഒത്താ, ഉന്നെ വെട്ടിടുവേൻ... തുണ്ടം തുണ്ടമാ വെട്ടിടുവേൻ...

നാരായണൻനായർ പുറത്തേക്കുള്ള വാതിലടച്ചു.

എന്നമോ ഗലാട്ട്. ഇതിവിടെ നിത്യസംഭവം. പരിഭ്രമിക്കേണ്ട.

അയാൾ എന്റെ അടുത്തു വന്നിരുന്നു.

ജോലിയൊക്കെ കിട്ടി വല്യ ആളാകുമ്പോൾ ഈ നാരായണൻനായരെ ഓർത്താമതി. എനിക്കൊന്നും തരണ്ട. സ്നേഹണ്ടായിരുന്നാ മതി...

ഞാൻ നിസ്സഹായതോടെ നാരായണൻനായരുടെ മുഖത്തേക്കു നോക്കി.

എനിക്ക് ആ മനുഷ്യനെ ഓർമ്മയിൽ സൂക്ഷിക്കാനെ കഴിഞ്ഞുള്ളു. ഞാൻ മദ്രാസിൽനിന്നു പോന്നതിനുശേഷം തിരിച്ചുപോക്കുണ്ടായില്ല.

നാരായണൻനായർ പെൻഷൻ പറ്റി നാട്ടിലേക്കു പോയി. അവിടെ അയാൾ പ്രതീക്ഷിച്ചിരുന്നതുപോലെയായിരുന്നില്ല കാര്യങ്ങൾ. സഹോദരിമാരും ഭർത്താക്കന്മാരും കൂടി തറവാട് കുളംതോണ്ടി കലക്കി മീൻ പിടിച്ചിരുന്നു. ഭാര്യവീട്ടിൽ കഴിഞ്ഞുകൂടാൻ അയാൾ ഇഷ്ടപ്പെട്ടില്ല. ഭാര്യയും അയാളുടെ പതിനൊന്നാമത്തെ വിരൽപോലെ ആയിരുന്നു. അതിന്റെ സാന്നിദ്ധ്യം അയാൾ പാടെ വിസ്മരിച്ചു. ശമ്പളം കിട്ടിയാൽ നൂറുറുപ്പികയുടെ ഒരു മണി ഓർഡർ. അതോടെ ബാദ്ധ്യതകളൊടുങ്ങി. മണി ഓർഡർ കൂപ്പണിൽ പോലും സ്നേഹത്തിന്റെ നാലക്ഷരം കുറിച്ചില്ല. മദ്രാസിലേക്ക് വരുന്നോ എന്ന് ഒരിക്കൽപോലും ഭാര്യയോടു ചോദിച്ചില്ല. നാട്ടിൽ വന്നാലും അവരോടൊപ്പം പൂരങ്ങൾക്കോ ഉത്സവങ്ങൾക്കോ പോയില്ല. സിനിമയ്ക്കുകൂടി കൊണ്ടുപോയില്ല. അയാൾക്കുണ്ടായ രണ്ടു കുട്ടികളുടെ കാര്യത്തിലും നാരായണൻനായർ കുറ്റകരമായ അനാസ്ഥ കാണിച്ചു. അവരെ സ്കൂളിൽ ചേർക്കുന്നതിനോ പഠിപ്പിക്കുന്നതിനോ മുൻകൈ എടുത്തില്ല.

നിരുത്തരവാദിയായ അച്ഛന്റെ തിരിച്ചുവരവ് അവരൊട്ടും സ്വാഗതം ചെയ്തില്ല. പാലിൽ ഒഴിച്ച എണ്ണപോലെ, നാരായണൻനായർ അലിയാതെ വേർതിരിഞ്ഞു നിന്നു. ഭാര്യയുടെയും മക്കളുടെയും മേൽ അധികാരവും അവകാശവും സ്ഥാപിക്കാനുള്ള ശ്രമങ്ങളെ അവർ ഒരുമിച്ച് എതിർത്തു. കാരിരുമ്പിന്റെ ശരീരവും കനത്ത ഒച്ചയും മക്കളെ ഭയപ്പെടുത്തിയില്ല. നീ പോടാ പതിനൊന്നു വിരലാ എന്ന് മൂത്തമകൻ പറഞ്ഞപ്പോൾ നാരയണൻനായർ തകർന്നു.

അതിന്റെ പിറ്റേ ദിവസം അയാൾ ഏഴര വെളുപ്പിന് എഴുന്നേറ്റു. പുഴയിൽ പോയി കുളിച്ചു. അമ്പലത്തിൽ പോയി തൊഴുതു. നെറ്റിയിൽ ചന്ദനം തൊട്ടു. ചെവിയിൽ പൂ തിരുകി. മുറിയിൽ കടന്ന് പതിനൊന്നാമത്തെ വിരൽ മുറിച്ചിട്ടു. ഈറൻമുണ്ടോടെ, ചന്ദനക്കുറിയോടെ തൂങ്ങിമരിച്ചു.

അഗ്നിശമന വകുപ്പിൽ ഒരായുഷ്ക്കാലം മുഴുവൻ ജോലിചെയ്ത നാരായണൻനായർക്ക് സ്വന്തം മനസ്സിൽ ആളിപ്പടർന്ന തീ കെടുത്താനായില്ല. നോക്കണേ, ഒരായുഷ്ക്കാലം മുഴുക്കെ മദ്രാസ്സിൽ ജീവിച്ച ഒരു മനുഷ്യൻ!

എട്ട്

സോനാപ്പൂർ

ഇപ്പോൾ ഞാൻ കുർളയിലെ സ്വസ്തിക് എൻജിനീയറിംഗ് വർക്സിന്റെ ഓഫീസിൽ സന്ദർശകർക്ക് ഇരിക്കാനുള്ള സോഫയിൽ ഒരു വിളിയും കാത്തിരിക്കയാണ്. മനസ്സ് ശൂന്യമായിരുന്നു. ആശകളോ മോഹങ്ങളോ ഒന്നുമില്ല. എന്നെ തേജോവധം ചെയ്യാൻ എത്ര പേരുണ്ടാവും എന്നാ ലോചിച്ചു. അവർ രസതന്ത്രത്തിൽനിന്ന് ചോദ്യങ്ങൾ ചോദിച്ചാൽ ഞാൻ കൈമലർത്തും. പൊതുവിജ്ഞാനത്തിന്റെ കാര്യത്തിലും ഞാൻ ദരിദ്ര നാണ്. അവർ ജോലി ഒരു താലത്തിൽ വച്ചുനീട്ടുമെന്ന മൂഢവിശ്വാസവു മില്ല. പഠിച്ചതും പഠിപ്പിക്കാത്തതും ഒരുപോലെയായിരിക്കുന്നു, എനിക്ക്. അവർക്കു വേണ്ടവരെ അവർ നിയമിച്ചിട്ടുണ്ടാവും. ഇത് ഒരു പ്രഹസന മാവാം...

സ്ക്രിപ്റ്റും സംഭാഷണവും അഭിനയിക്കേണ്ട വേഷവും അറിയാതെ രംഗത്തെത്തിയിരിക്കുകയാണോ ഞാൻ?

പതിനഞ്ചു മിനിറ്റ് കഴിഞ്ഞപ്പോൾ പൊടുന്നനെ വാദ്യം നിലച്ചു. ടൈപ്പിസ്റ്റ് പാന്റ്സിന്റെ പോക്കറ്റിൽനിന്ന് ചീർപ്പെടുത്ത് മുടി ചീകി. അയാൾ രണ്ടാമത്തെ ക്യാബിനിൽ പോയി തിരിച്ചുവന്നു. എന്നോട് അക ത്തേക്ക് പൊയ്ക്കൊള്ളാൻ ആംഗ്യം കാട്ടി. ക്യാബിന്റെ വാതിലിൽ ജി.കെ. ഓസ, ടെക്നിക്കൽ ഡയറക്ടർ എന്ന നെയിംബോർഡ്. സഫാരി സ്യൂട്ടും കണ്ണടയും ധരിച്ച മദ്ധ്യവയസ്കൻ. ചെന്നികളിൽനിന്ന് നര കയറിത്തുട ങ്ങിയിരിക്കുന്നു. തീക്ഷ്ണമായ നോട്ടം. 'ജീമന്ത്രിജീ' എന്ന ടി.വി. സീരി യലിൽ മാത്തൂരിന്റെ വേഷമിട്ട ജയന്ത് കൃപലാനി അദ്ദേഹത്തെ അനു സ്മരിപ്പിച്ചു.

ഇരുന്നുകഴിഞ്ഞപ്പോൾ ചോദിച്ചു.

എത്ര കാലമായി ബോംബെയിൽ?

പതിനഞ്ചു ദിവസം.

വീട്ടിൽ ആരൊക്കെയുണ്ട്?

അച്ഛൻ, അമ്മ, സഹോദരീസഹോദരന്മാർ.

അച്ഛനെന്താണ് ജോലി?

സ്കൂൾ മാഷ്...

അദ്ദേഹം കെമിസ്ട്രിയിലേക്കോ പൊതുവിജ്ഞാനത്തിലേക്കോ കടക്കാത്തതിൽ ഞാൻ സന്തോഷിച്ചു.

എവിടെയാണ് പഠിച്ചത്? ഏത് കോളേജിൽ?

ട്രിച്ചൂർ. കേരളവർമ്മ കോളേജ്.

ഇതിനുമുമ്പ് എവിടെയങ്കിലും ജോലിചെയ്തിട്ടുണ്ടോ?

ഇല്ല.

പാസ്സായത് '59-ലല്ലേ, ഒരു കൊല്ലം എന്തു ചെയ്തു?

മദ്രാസിൽ ജോലിയന്വേഷിച്ചു. കിട്ടിയില്ല.

അദ്ദേഹത്തിന്റെ നോട്ടം എന്റെ മുഖത്തുടക്കി.

എത്ര ശമ്പളമാണ് പ്രതീക്ഷിക്കുന്നത്?

ഒരു പ്രതീക്ഷയും കൂടാതെയാണ് ഞാൻ വന്നിരിക്കുന്നതെന്ന് പറയാനാവില്ലല്ലോ.

മനക്കണക്കുകൾ കൂട്ടി.

ചെമ്പൂർ ഗസ്റ്റ്ഹൗസിൽ താമസിക്കാൻ ഒരു കട്ടിലിനു വാടക അമ്പതുറുപ്പിക. കൃഷ്ണയ്യരുടെ ഹോട്ടലിൽ ഊണിനും അത്രതന്നെ തുക. യാത്രയ്ക്കും മറ്റു ചെലവുകൾക്കുമായി വീണ്ടും അമ്പത്. മനസ്സ് വഴുവഴുപ്പുള്ള ഒരു മതിലിൽ പിടിച്ചുകയറാൻ ശ്രമിക്കുകയായിരുന്നു. പിടിത്തം ഉറയ്ക്കുന്നില്ല. അമ്പതുകളിലേക്കുതന്നെ വഴുതി വീഴുന്നു.

എന്താ ഒന്നും പറയാത്തത്?

സാർ, എനിക്ക് ഒരു ജോലിയാണ് പ്രധാനം. ശമ്പളത്തെക്കുറിച്ച് ഞാനോലോചിച്ചിട്ടില്ല.

ഓ.കെ. പ്ലീസ് വെയ്റ്റ് ഔട്ട്സൈഡ്...

ടൈപ്പിസ്റ്റ് എന്നെ വിളിച്ചു.

ഞാൻ നരസിംഹൻ. പാലക്കാട്ടുകാരൻ.

അയാളെന്തു പറഞ്ഞു?

പുറത്തു വെയ്റ്റ് ചെയ്യാൻ.

ശമ്പളം എന്തു ചോദിച്ചു?

ഞാനൊന്നും ചോദിച്ചില്ല. ജോലിയാണ് പ്രധാനം എന്നു പറഞ്ഞു.

'കളഞ്ഞില്ലേ' എന്ന അർത്ഥത്തിൽ നരസിംഹൻ നെറ്റിയിൽ കൈവച്ചു.

നിങ്ങൾ ഒരു ഗ്രാജുവേറ്റ് അല്ലേ? നാനൂറ് അഞ്ഞൂറ് ശമ്പളം ചോദിക്കേണ്ടതല്ലേ?

ഓസ നല്ല മനുഷ്യനാണ്. ഒരു മടിയും കൂടാതെ തരുമായിരുന്നു. ഇനി പറഞ്ഞിട്ട് എന്തു കാര്യം? നിങ്ങളുടെ വില നിങ്ങൾതന്നെ കുറച്ചു.

എനിക്കൊരു വെലയുണ്ടോ നരസിംഹാ? അഥവാ ഉണ്ടെങ്കിൽതന്നെ എനിക്കതു നിർണ്ണയിക്കാനായിട്ടില്ല.

ഞാൻ ആത്മഗതം ചെയ്തുകൊണ്ട് സോഫയിൽപോയി നിമിഷങ്ങളെണ്ണി.

നരസിംഹൻ അകത്തുപോയി ഡിക്റ്റേഷൻ എടുത്തു. അയാളുടെ വിരലുകൾ കീബോർഡിൽ പറന്നു കളിച്ചു. എന്റെ നിയമനപത്രം....

നരസിംഹൻ വായിച്ചു കേൾപ്പിച്ചു.

മാസം 175ക ശമ്പളം. കൊല്ലത്തിൽ 50ക ശമ്പളവർദ്ധന. ജോലി സംബന്ധമായി നഗരത്തിന് പുറത്തുപോകുമ്പോൾ ശമ്പളം 250ക. സെക്കന്റ് ക്ലാസ് യാത്രക്കൂലി. ആദ്യത്തെ ആറുമാസം പ്രൊബേഷൻ. സേവനം തൃപ്തികരമെന്ന് ബോദ്ധ്യപ്പെട്ടാൽ നിയമനം ഉറപ്പുവരുത്തുന്നതാണ്.

ഡ്യൂപ്ലിക്കേറ്റ് കോപ്പിയിൽ ഞാൻ ഒപ്പിട്ടു കൊടുത്തു. 1960 മെയ് 17ന് ഞാനൊരു ഉദ്യോഗസ്ഥനായി.

ഓഫീസിൽ ഒമ്പതുമണിക്കെത്തിയാൽ മതിയെന്ന് നരസിംഹൻ.

അന്ന് യാത്രകൾ ദുരിതപൂർണ്ണമായിരുന്നില്ല. ജനസാന്ദ്രത കുറവായിരുന്നു. റോഡുകൾ അപൂർവ്വമായേ കുത്തിക്കുഴിക്കാറുള്ളു. വാഹനങ്ങളുടെ എണ്ണം ഇന്നത്തേതിലും എത്രയോ കുറവ്. സമൂഹത്തിന്റെ ഉന്നത ശ്രേണിയിലുള്ളവർക്കേ കാറുണ്ടായിരുന്നുള്ളു. ഫുട്പാത്തുകൾ മുഴുവനും വഴിവാണിഭക്കാർ കയ്യടക്കിയിരുന്നില്ല. വായുവിൽ വിഷാണുക്കളും പ്രദൂഷിത വസ്തുക്കളും എത്രയുണ്ടെന്ന് ആരും നിർണ്ണയിച്ചിരുന്നില്ല. ജീവിതം കൂടുതൽ സുഗമമായിരുന്നു. എന്നാൽ പാർപ്പിടങ്ങൾക്കുള്ള ബുദ്ധിമുട്ട് അന്നും ഉണ്ടായിരുന്നു. 'പകിഡി' കൊടുക്കാൻ മാർഗ്ഗമില്ലാതെ ആളുകൾ വലഞ്ഞിരുന്നു. റിയൽ എസ്റ്റേറ്റിനെക്കുറിച്ചോ ഷെയർമാർക്കറ്റിനെക്കുറിച്ചോ സാമാന്യജനങ്ങൾക്ക് വലിയ ജ്ഞാനമൊന്നും ഉണ്ടായിരുന്നില്ല. അവർ കാലാവസ്ഥകളെക്കുറിച്ചും ആണ്ടറുതികളെക്കുറിച്ചുമൊക്കെയാണ് സംസാരിക്കാറ്. അല്ലെങ്കിൽ രാജ്കപൂറിന്റെയും ദിലീപ് കുമാറിന്റെയും ദേവാനന്ദിന്റെയും പടങ്ങളെക്കുറിച്ച്. കാലത്ത് പ്രദർശിപ്പിക്കുന്ന തമിഴ് – മലയാളം പടങ്ങളെക്കുറിച്ച്. സീമിതമായ മോഹങ്ങളേയുള്ളു. കടുംനിറങ്ങളിൽ ചാലിക്കാത്ത സ്വപ്നങ്ങൾ. ആ സ്വപ്നങ്ങളെ കൊള്ളയടിക്കാനും മോഹങ്ങൾ പിടിച്ചുപറിക്കാനും രാഷ്ട്രീയക്കാരോ അധോലോകരാജാക്കന്മാരോ ഉണ്ടായിരുന്നില്ല. അഥവാ ഉണ്ടായിരുന്നെങ്കിൽത്തന്നെ അവരുടെ പ്രവർത്തനങ്ങൾ വിപുലവും വ്യാപകവുമായിരുന്നില്ല. ഭയം സന്തതസഹചാരിയായിരുന്നില്ല... വരും കാലത്തിന്റെ സുന്ദരമായ എന്തോ ഒന്ന് പ്രതീക്ഷികളെ ഊട്ടി വളർത്തിയിരുന്നു...

കാലത്ത് എട്ടു മണിക്ക് മാഹൂൾ ബസ്സ്റ്റോപ്പിൽനിന്ന് ബസ്സ് കയറിയാൽ ഇരുപതുമുപ്പതു മിനിറ്റിനുള്ളിൽ ഘാട്കോപ്പർ സ്റ്റേഷനിലെത്തുന്നു. ഓവർബ്രിഡ്ജുവഴി അപ്പുറത്തെത്തിയാൽ എതെങ്കിലും ബസ്സുണ്ടാവും.

'സോനാപ്പൂർ ലെയിൻ' എന്ന് കണ്ടക്ടറോട് പറഞ്ഞാൽ സ്റ്റോപ്പ് കാണിച്ചുതരുമെന്ന് നരസിംഹൻ ഉപദേശിച്ചിരുന്നു. ഞാൻ പത്താംക്ലാസു വരെ പഠിച്ച ഹിന്ദി വിജ്ഞാനം ഉപയോഗിച്ച് ആലോചിച്ചപ്പോൾ സോനാ എന്നു പറഞ്ഞാൽ സ്വർണ്ണം. സ്വർണ്ണപ്പണിക്കാരോ സ്വർണ്ണവ്യാപാരികളോ താമസിക്കുന്നതുകൊണ്ടാവാം സോനാപ്പൂർ ലെയിൻ എന്ന പേര് വന്നത്.

ബസ്സിൽ കയറി കണ്ടക്ടർ ടിക്കറ്റുമായി വന്നപ്പോൾ ഞാൻ പറഞ്ഞു.

സോനാപ്പൂർ ലെയിൻ....

ഇത്നാ ജൽദി?

കണ്ടക്റ്ററുടെ ചോദ്യംകേട്ട് അടുത്തിരുന്നവർ ചിരിച്ചു. ചിരിക്കുള്ള തമാശ എന്താണെന്നു മനസ്സിലായില്ല.

നരസിംഹൻ പറഞ്ഞു, സോനാപ്പൂർ എന്നു പറഞ്ഞാൽ ശ്മശാനം.

കണ്ടക്ടറുടെ ചോദ്യത്തിലെ പൊരുളും ആളുകളുടെ ചിരിയുടെ അർത്ഥവും പിടികിട്ടി.

ഞാനെന്നും സോനാപ്പൂർക്ക് ഉള്ള ടിക്കറ്റുതന്നെ എടുത്തു യാത്ര ചെയ്തു.

ഓഫീസിൽ ഞാനും നരസിംഹനും മാത്രമേ എത്തിയിട്ടുള്ളു.

ഇവിടെ എന്തായിരിക്കും എന്റെ പണി? ലാബറട്ടറിയൊന്നും കാണുന്നില്ലല്ലോ?

കെമിസ്ട്രി പഠിച്ചാൽ ലാബറട്ടറിയാണ് പ്രവർത്തനമേഖല എന്നായിരുന്നു ധാരണ.

ഇവിടെയായിരിക്കില്ല, നിങ്ങൾക്കു ജോലി. സ്വസ്തിക് എൻജിനീയറിംഗ് വർക്സ് ലാത്തൂരും ജാംനഗറിലും ഓരോ സോൾവന്റ് എക്സ്ട്രാക്ഷൻ പ്ലാന്റ് ഉണ്ടാക്കുന്നുണ്ട്. പ്ലാന്റുകൾ കമ്മീഷൻ ചെയ്യലായിരിക്കും നിങ്ങളുടെ ജോലി.

ഒരു നിമിഷം എന്റെ ഹൃദയമിടിപ്പ് നിന്നുവോ?

സോൾവന്റ് എക്ട്രാക്ഷൻ, പ്ലാന്റ്, കമ്മീഷനിംഗ് മുതലായ വാക്കുകൾ ഞാനാദ്യമായി കേൾക്കുകയാണ്.

ജോലി കിട്ടിയതിന്റെ എല്ലാ സമാധാനവും എനിക്ക് നഷ്ടപ്പെട്ടു.

നരസിംഹൻ ടൈപ്പ്റൈറ്ററിന്റെ കവറെടുത്തു മാറ്റുന്നതും പൊടിതട്ടി ജോലിക്കൊരുങ്ങുന്നതും തെല്ലൊരു മൗഢ്യത്തോടെ നോക്കിയിരിക്കുമ്പോൾ പുറത്ത് കാർ വന്നുനിൽക്കുന്ന ശബ്ദം.

ബോസിന്റെ വരവ്.

ഞാൻ എഴുന്നേറ്റുനിന്ന് 'ഗുഡ്മോണിംഗ്' പറഞ്ഞു. അദ്ദേഹം ശിരസ്സൊന്നു താഴ്ത്തി ക്യാബിനിലേക്കു കടന്നു.

ഞാനവിടെത്തന്നെ ഇരുന്നു. എന്താണ് ചെയ്യേണ്ടതെന്ന് അറിയില്ല. എന്തെങ്കിലും ചെയ്യാനുള്ള നിർദ്ദേശം ലഭിച്ചതുമില്ല.

ഉച്ചയ്ക്കു മുമ്പായി എന്റെ മുമ്പിൽ ഉയരംകുറഞ്ഞ, വയറുചാടിയ ഒരാൾ വന്നിരുന്നു. അയാൾ വിസ്തരിച്ച് ചിരിച്ചതിനുശേഷം സ്വയം പരിചയപ്പെടുത്തി.

അയാം ഭാട്ടിയ...

ഞാൻ എന്റെ പേരും പറഞ്ഞു.

നിമിഷങ്ങൾക്കകം അയാൾ സോഫയിൽ ചാരിയിരുന്ന് ഉറക്കമായി.

ഞാൻ അയാളെ അസൂയയോടെ നോക്കിക്കൊണ്ടിരുന്നു. വർക്ക്ഷോപ്പിൽനിന്ന് അനവരതം കേൾക്കുന്ന കഠോരശബ്ദങ്ങളോ ലോഹനാദമോ ഒന്നും ഭാട്ടിയയുടെ ഉറക്കത്തെ ബാധിച്ചില്ല.

ഒന്നര മണിക്കൂർ കഴിഞ്ഞപ്പോൾ അയാൾ കണ്ണുതുറന്നു. വിസ്തരിച്ചുള്ള ചിരി വീണ്ടും.

എന്റെ മുഖത്ത് നിറഞ്ഞുനിന്ന ചോദ്യം അയാൾ മനസ്സിലാക്കിയെന്നു തോന്നുന്നു. ഭാട്ടിയ പറഞ്ഞു. When there is work, I work. Otherwise I sleep.

എനിക്ക് ഒന്നും ചോദിക്കേണ്ടി വന്നില്ല.

ഒൻപത്

മനക്കണക്കുകൾ

വത്തു ദിവസം ഒച്ചിന്റെ വേഗതയിലിഴഞ്ഞു. കാലത്ത് എട്ടു മണിക്ക് ഇറങ്ങുന്നു. വൈകുന്നേരം ആറു മണിയോടെ കൂടണയുന്നു. ഓഫീസിൽ പോയി ഭാട്ടിയ ഉറങ്ങുന്നതും നോക്കിക്കൊണ്ടുള്ള ഇരുപ്പ്. ഒരുതരം മ്ലാനത എന്നിൽ കയറിപ്പറ്റുകയായിരുന്നു.

നരസിംഹൻ മാത്രം ഇടതടവില്ലാതെ ജോലിചെയ്തു. അയാൾക്കതിൽ മുഷിച്ചിലോ വൈരസ്യമോ ഉള്ളതായി തോന്നിയില്ല.

ബച്ചുഭായ്, കേശുഭായ് എന്നീ സഹോദരന്മാരും ഓസയും ചേർന്നുള്ള ഒരു സ്വകാര്യ സ്ഥാപനമായിരുന്നു, സ്വസ്തിക് എൻജിനീയറിംഗ് വർക്ക്സ്. ജ്യേഷ്ഠാനുജന്മാർ വസ്ത്രധാരണത്തിൽ മത്സരിക്കുന്നപോലെ തോന്നും. അവരുപയോഗിക്കുന്ന സുഗന്ധദ്രവ്യങ്ങളുടെ പരിമളം ഓഫിസിലെപ്പോഴുമുണ്ട്. മൂന്നു ക്യാബിനുകളിൽ നിന്നും ബസ്സർ ശബ്ദിക്കുകയും ചുവന്ന ബൾബുകൾ പ്രകാശിക്കുകയും ചെയ്യുമ്പോൾ നരസിംഹന്റെ മുഖത്ത് അസ്വാസ്ഥ്യത്തിന്റെ ചുവന്ന വെളിച്ചം കാണാം.

ഒരല്ലലും അലട്ടുമില്ലാതെ പണയപ്പണ്ടംപോലെ അവിടെയിരിക്കുന്നതിൽ എനിക്ക് മടുപ്പു തോന്നിത്തുടങ്ങി.

ഒരു ദിവസം നല്ല സമയം നോക്കി ഞാൻ ഓസയുടെ സമക്ഷത്തിൽ ചെന്നു.

എനിക്കെന്തെങ്കിലും ജോലി തരൂ.

എന്റെ വിരസത മനസ്സിലാക്കിയിട്ടാകാം, അദ്ദേഹം പറഞ്ഞു.

ജാംനഗറിൽ പ്ലാന്റിന്റെ ഇറക്ഷൻ കഴിയാറായി. ആഗസ്റ്റിൽ കമ്മീഷൻ ചെയ്യും. അതുവരെ സോൾവന്റ് എക്സ്ട്രാക്ഷനെക്കുറിച്ച് എന്തെങ്കിലുമൊക്കെ വായിക്കൂ.

അദ്ദേഹം ബുക്ഷെൽഫിൽ നിന്ന് തടിച്ചൊരു പുസ്തകം എടുത്തുതന്നു.

ദിസ് ഈസ് യുവർ ബൈബിൾ...

എനിക്ക് പ്ലാന്റിനെക്കുറിച്ച് ഒന്നും അറിഞ്ഞുകൂടാ.

അതിനെക്കുറിച്ചൊന്നും വിഷമിക്കണ്ട. നിങ്ങൾക്ക് വേണ്ട പരിശീലനം നൽകുന്നതാണ്. വി ആർ ലുക്കിങ് ഫോർ ആൻ എക്സ്പീരിയൻസ്ഡ് പേഴ്സൺ.

ഞാൻ തെല്ലൊരാശ്വാസത്തോടെ പുറത്തുകടന്നു.

പുറത്തുവന്നിരുന്ന് പുസ്തകം നിവർത്തി. ഒരു പേജ് തീരുന്നതിനു മുമ്പ് കണ്ണുകളടയാൻ തുടങ്ങി. ഭാട്ടിയയെക്കാൾ മുമ്പ് ഞാനുറങ്ങുമെന്നു തോന്നി.

ജൂൺ ഒന്ന്: ആളുകളുടെ മുഖങ്ങളിൽനിന്നും പെരുമാറ്റങ്ങളിൽനിന്നും ശമ്പളദിവസമാണെന്നു മനസ്സിലായി. ചെറിയ ശമ്പളം പറ്റുന്നവരായാലും വലിയ ശമ്പളം പറ്റുന്നവരായാലും ശമ്പളദിവസം എല്ലാ മുഖങ്ങളിലും നൂറു വാട്ടിന്റെ ബൾബ് കത്തുന്നു. ശരീരചലനങ്ങൾ ആയാസരഹിതമാവുന്നു. മനക്കണക്കുകളിൽ അഭിരമിക്കുന്നു.

ശമ്പളദിവസം ദുർദിവസമാണെന്ന് ചിലരെങ്കിലും പറയാറുണ്ട്. കാരണം മുപ്പതുദിവസം വളർത്തിയെടുത്ത പ്രതീക്ഷകളെ മുഴുവൻ അതു തല്ലിക്കൊഴിക്കുന്നു.

ശമ്പളദിവസം കടക്കാർ വളയുമെന്ന ഭയംകൊണ്ട് ഓഫീസിൽ വരാതിരിക്കുന്നവരുമുണ്ട്. കിട്ടിയതെല്ലാം ഓഫീസിൽതന്നെ പങ്കുവച്ച് വെറും കയ്യോടെ വീട്ടിൽ കയറിച്ചെല്ലുന്നവരിൽ ചിലരെ എനിക്കറിയാം. ഒരു തരത്തിലും കരകേറാനാവാത്തവിധം പടുകുഴിയിൽ വീണവർ കണക്കറ്റ് മദ്യപിച്ച് ഭാര്യയെ തല്ലി അരിശം തീർക്കുന്ന കഥകളുണ്ട്. എന്നെങ്കിലും ഒരു ദിവസം നമ്പർ വീഴുമെന്ന വ്യാമോഹത്താൽ ശമ്പളം മുഴുവൻ 'മഡ്ക' കളിച്ച് തീർക്കാറുള്ള ചിലരെയും പരിചയപ്പെടാനിടവന്നിട്ടുണ്ട്.

എന്തായാലും എന്റെ തൊട്ടുമുമ്പിൽ കാക്കി ട്രൗസറും വെളുത്ത ബനിയനും തൊപ്പിയുമിട്ടിരിക്കുന്ന ദശരഥ് എന്ന പ്യൂണിന്റെ പല്ലില്ലാത്ത വായ നിറച്ചും ചിരിയായിരുന്നു.

ദശരഥിന്റെ ജീവിതം തുടങ്ങുന്നത് ബച്ചുഭായിയുടെയും കേശുഭായിയുടെയും വീട്ടിലാണ്. അവരുടെ മുത്തച്ഛനാണ് ദശരഥിനെ വീട്ടുവേലയ്ക്കു നിറുത്തിയത്. അകത്തിരിക്കുന്ന സേട്ടുമാർ ഈ കൈകളിൽ കിടന്നാണ് വളർന്നതെന്ന് ദശരഥ് പറഞ്ഞു. അതിന്റെ പേരിലാണ് പ്രായമേറെയായിട്ടും അയാൾ ഓഫീസിൽ തൊട്ടും പിടിച്ചും നിൽക്കുന്നത്.

ദശരഥിന് എന്തു ശമ്പളം കിട്ടുമെന്ന് ഞാൻ ചോദിച്ചില്ല. എന്തു കിട്ടിയാലും അത് ചെലവാക്കി സുഖിക്കുന്ന സ്വഭാവം.

ഞാനാർക്കുവേണ്ടി സമ്പാദിക്കണം? മുകളിലാകാശം കീഴെ ഭൂമി. ഒറ്റത്തടി.

ദശരഥ് എങ്ങനെയാണ് സുഖിക്കുന്നത്?

എല്ലാ തരത്തിലും. ജൂവ്വാ ഖേലേഗാ, ദാരു പീയേഗാ...

വരട്ടെ, വരട്ടെ... ഞാൻ കൈമുദ്ര കാണിച്ചു. ഈ പറഞ്ഞതൊന്നും എനിക്കു മനസ്സിലായില്ല.

നരസിംഹൻ ഇടപെട്ടു.

ജൂവ്വാ, പന്നിമറി എന്നൊക്കെ പറയുന്ന തരത്തിലുള്ള കാശുവെച്ചുള്ള കളി. ദാരു... വെള്ളമടി. പിന്നെ വേശ്യാത്തെരുവ്...

അല്ലേ ദശരഥ് എന്ന് നരസിംഹൻ ചോദിച്ചപ്പോൾ കിഴവൻ കണ്ണിറുക്കിക്കാണിച്ച് ഉള്ളംകയ്യിൽ പുകയിലപ്പൊടിയും ചുണ്ണാമ്പും കൂട്ടിത്തിരുമ്മി.

അപ്പോൾ ഞാനെന്റെ ശമ്പളം കണക്കുകൂട്ടി. നൂറ്റി എഴുപത്തഞ്ചിനെ മുപ്പതുകൊണ്ട് ഹരിച്ചു. ഹരിതഫലത്തെ പത്തുകൊണ്ട് ഗുണിച്ചു. അമ്പത്തെട്ടുറുപ്പിക മുപ്പതു പൈസ.... ഓസ നല്ലവനാണെന്ന് നരസിംഹൻ പറയുന്നതുകൊണ്ട് അറുപതെന്ന് മനസ്സിൽ കുറിച്ചിട്ടു.

നാലുമണിയായപ്പോൾ നരസിംഹൻ ഒരു വൗച്ചറിൽ ഒപ്പിടാൻ പറഞ്ഞു.

ഒപ്പുചാർത്തിക്കഴിഞ്ഞപ്പോൾ വക്കും മൂലയും പൊട്ടാതെ നൂറ്റിഎഴുപത്തഞ്ചുരൂപ നരസിംഹൻ എന്റെ കയ്യിൽ വച്ചു.

ഞാൻ സമൃദ്ധമായി സന്തോഷിച്ചു. സ്വന്തമായി നാലുകാശുണ്ടാകുന്നതിന്റെ രുചിയറിഞ്ഞു. അതെങ്ങനെ ചെലവുചെയ്യണമെന്നൊന്നും അപ്പോൾ ആലോചിച്ചില്ല. ഒട്ടും മുഷിയാത്ത നോട്ടുകൾ പോക്കറ്റിൽ കിടന്ന് പുറപ്പെടുവിക്കുന്ന മർമ്മര ശബ്ദം ആദ്യചുംബനത്തിന്റെ രസാനുഭൂതിയുണർത്തി.

പിന്നെ സാവകാശം മലർപ്പൊടിക്കാരന്റെ സ്വപ്നങ്ങൾ മനസ്സിൽ വിടർന്നു തുടങ്ങി.

ആദ്യമായി താമസം ലോഡ്ജിലേക്കു മാറ്റണം. മറ്റുള്ളവരുടെ ദയാവായ്പിൽ കടിച്ചുതൂങ്ങരുത്. അത്യാവശ്യത്തിന് അതുവേണ്ടിവന്നു. പക്ഷേ ഇനിയെങ്കിലും സ്വന്തം കാലിൽത്തന്നെ നിൽക്കണം. വെറും ഒരോട്ടപ്പാത്രമായ എന്നിൽ എത്രയോ ആളുകൾ അവരുടെ സ്നേഹവും ദയയും വാത്സല്യവും നിറയ്ക്കാൻ ശ്രമിച്ചു. ഞാൻ കടപ്പാടുകളുടെ കണക്കെഴുതാറില്ല. നന്ദിയും സ്നേഹവുമൊന്നും പരസ്യമായി പ്രകടിപ്പിക്കാറില്ല. മനസ്സിൽ സൂക്ഷിക്കാറേയുള്ളു. പ്രകടനപരമല്ലാത്ത എന്റെ പ്രവൃത്തികളും സമീപനങ്ങളും ഇഷ്ടപ്പെടാത്തവർ നിരവധിയുണ്ടാവാം. അവരോടു പറയാൻ എനിക്കൊന്നുമില്ല.

എന്തായാലും നൂറ്റിഎഴുപത്തഞ്ചുരൂപയുടെ ധാരാളിത്തത്തിൽ അഹങ്കാരത്തോടെ താമസം മാറണമെന്ന് അപ്പുക്കുട്ടനോട് പറയാൻ ഞാൻ ധൈര്യപ്പെട്ടില്ല.

വരട്ടെ, മൂന്നുമാസം കഴിഞ്ഞാൽ ജാംനഗറിൽ പോകുമെന്നാണല്ലോ പ്രതീക്ഷ.

അതോടുകൂടി മാഹൂളിലെ മത്സ്യഗന്ധത്തോടു വിടപറയാം.

ഒരു മാസം കഴിഞ്ഞപ്പോഴേക്കും മാഹൂളിനെ ഞാൻ ഇഷ്ടപ്പെടാൻ തുടങ്ങി. മത്സ്യഗന്ധം എനിക്കനുഭവപ്പെടാതെയായി. ചെമ്പുകുടങ്ങളുടെ തിളക്കം മനസ്സിൽ വെളിച്ചമായി നിറഞ്ഞു. നിർദ്ധനരും നിഷ്കളങ്കരുമായ മനുഷ്യർ. അവർ നിങ്ങളെ നിങ്ങളായി സ്വീകരിക്കുന്നു. കാപട്യങ്ങളെയും പുറംപൂച്ചുകളെയും തിരസ്കരിക്കുന്നു. സ്നേഹം സ്പർശിച്ചറിയാനാവുക ഇത്തരം മനുഷ്യരുടെ ഇടയിലാണെന്ന് ഞാൻ മനസ്സിലാക്കി. ഈ ധാരണ അരക്കിട്ടുറപ്പിക്കാവുന്ന അനുഭവങ്ങളാണ് പിൽക്കാല ജീവിതത്തിലും ഉണ്ടായിട്ടുള്ളത്.

ആഗസ്റ്റിൽ ഒരു ദിവസം ബോസ് എന്നെ വിളിച്ചു.

ജാംനഗറിലേക്ക് പോകാമോ?

എന്റെ വിഡ്ഢിച്ചിരിയിൽനിന്നും അദ്ദേഹത്തിനു കാര്യം മനസ്സിലായി.

വീരംഗാം വഴിയാണ് പോകേണ്ടത്. അഹമ്മദാബാദിൽച്ചെന്ന് വണ്ടി മാറിക്കയറണം.

വീരംഗാമും അഹമ്മദാബാദുമൊക്കെ എന്നെ സംബന്ധിച്ചിടത്തോളം പരലോകങ്ങളായിരുന്നു. ഭാഷയും വേഷഭൂഷാദികളും ഭക്ഷണവുമൊക്കെ വളരെ വ്യത്യസ്തമായ സ്ഥലങ്ങൾ. അവിടെ എനിക്കിണങ്ങിച്ചേരാനാവുമോ? ചേരാതിരിക്കാൻ പറ്റുമോ?

ഞാൻ ഡോസ്റ്റോവ്സ്കിയുടെ ഒരു വാചകം ഓർത്തു.

Man is a scoundrel. He gets adjusted to anything.

(ഓർമ്മയിൽ നിന്ന് എഴുതുന്നതുകൊണ്ട് അല്പസ്വല്പം വ്യത്യാസമുണ്ടാവാം).

എന്നെ എവിടക്കൊണ്ടിട്ടാലും പിഴച്ചുപോകും എന്നൊരു വ്യത്യാസം എനിക്കുണ്ടായി. ഞാൻ കൂടുതലൊന്നും ആലോചിക്കാതെ പറഞ്ഞു. “പോകാം.”

പത്ത്

മഴക്കാലം

മഴയുടെ താളങ്ങളിലൂടെ, ഭാട്ടിയയുടെ ഉറക്കത്തിലൂടെ, ദശരഥിന്റെ പുകയിലയുടെ എരുവുമണത്തോടെ, നരസിംഹന്റെ ടൈപ്പ് റൈറ്റർ വാദ്യ ഘോഷങ്ങളോടെ നൂറുദിവസങ്ങൾ.

ഞാനൊന്നു തിരിഞ്ഞുനോക്കി.

ഒരു പണിയും ചെയ്യാതെ ഓഫീസിൽ ചെന്നിരുന്ന് നരച്ചുതീർത്ത മൂന്നു മാസം. സോനാപ്പൂർ ഗല്ലിയിൽ ബസ്സിറങ്ങുന്ന ഞാൻ ഓഫീസിന്റെ നാലുചുവരുകൾക്കുള്ളിൽ ശവനിദ്ര കൊള്ളുകയായിരുന്നു.

എനിക്കു മടുത്തു. ദിവസങ്ങളുടെ ആവർത്തന വിരസത ശ്വാസം മുട്ടലുണ്ടാക്കി. ഞാൻ ഓഫീസുവിട്ടു ചെന്നാൽ പെട്ടിക്കു മുകളിൽ കടലാസ്സുകൾ വച്ച് കുനിഞ്ഞിരുന്ന് അപേക്ഷകളെഴുതി. അതിനുവേണ്ടി ടൈംസ് ഓഫ് ഇന്ത്യയുടെ കോളങ്ങൾ അരിച്ചുപെറുക്കി.

ഞാൻ കൂട്ടുകാരോട് പറഞ്ഞു, ഇവിടെ നിന്നാൽ പറ്റില്ല. എനിക്കു ജോലി മാറണം.

അയ്യോ പൊന്നേ, വിഡ്ഢിത്തമൊന്നും ചെയ്യരുതേ. മഴക്കാലം കഴിയുന്നതുവരെ ക്ഷമിച്ചേ പറ്റൂ.

ഞാൻ മഴകൊണ്ടു നനഞ്ഞചിറകുകൾ ഒതുക്കിവച്ച് മഴക്കാഴ്ചകളിൽ വ്യവഹരിച്ചു.

ജൂൺ മദ്ധ്യത്തിൽ ആദ്യത്തെ മഴ വീണപ്പോൾ ചെമ്പൂരിൽ ചെരിപ്പുകളും കുടകളും വിൽക്കുന്ന കടകളിൽ അടുക്കാൻ വയ്യാത്ത തിരക്ക്. കൂട്ടത്തിൽ സ്ക്കൂൾകുട്ടികളുടെ പുസ്തകത്തിരക്കും. ഘാഡ്കോപ്പറിൽ നിന്നും വരുന്നവഴി ചെമ്പൂരിറങ്ങി കുടയും ഗംബൂട്ടും വാങ്ങി. മാഹൂളിൽ മുട്ടോളം ചെളിയാണ്. പാന്റ് തെരുത്തുവച്ച് ഗംബൂട്ടിട്ടേ നടക്കാൻ പറ്റൂ. ആദ്യമായി കാലിൽ പതിവില്ലാത്ത ഭാരം കയറിയപ്പോൾ നടക്കാൻ പ്രയാസം. ജീവിതഭാരങ്ങളിലേക്ക് ഒരു രണ്ടുകിലോ 'കട്ടി' കൂടി! ഇങ്ങനെ

ഇടക്കിടയ്ക്ക് ആരോ കയറ്റിവച്ചുതരുന്ന ഭാരങ്ങളല്ലേ വാസ്തവത്തിൽ ജീവിതം? ബി.ഇ.എസ്.ടി. ബസ്സിന്റെ ജനൽ ചില്ലുകളിൽ മഴയുടെ ദ്രുത താളം കേട്ടിരിക്കുമ്പോൾ പലതും ഓർത്തുപോകുന്നു. ചിലപ്പോൾ ജ്ഞാനോദയംപോലെ ചില തിരിച്ചറിവുകൾ ഉണ്ടാകുന്നു. മഴയിലേക്കു നോക്കി, അതു വിടർത്തുന്ന വർണ്ണങ്ങളിലേക്കു നോക്കിയിരിക്കുമ്പോൾ മഴ നഗരത്തെ ശുദ്ധീകരിക്കുകയാണെന്നു തോന്നി. എന്നാൽ റെയിൽപ്പാള ങ്ങൾ വെള്ളത്തിൽ മുങ്ങി വണ്ടികളുടെ ഓട്ടം നിലയ്ക്കുകയും ഗതാഗതം സ്തംഭിക്കുകയും ചെയ്തപ്പോൾ ധാരണ തിരുത്തേണ്ടി വന്നു. ഒരിടത്തെ മാലിന്യങ്ങൾ ഒഴുക്കിക്കൊണ്ടുപോയി മറ്റൊരിടത്ത് നിക്ഷേപിച്ച് മഴമാറി നിന്നു ചിരിക്കുകയാണ്. മനുഷ്യരെ വെള്ളത്തിൽ മുക്കിപ്പിടിച്ച് നീർപ്പോള കൾ വരുത്തുന്നതും മഴക്കാലത്ത് കാണാൻ കഴിഞ്ഞു. കുടിലനകത്ത് മുട്ടോളം വെള്ളം കയറുമ്പോൾ, ജോലിയില്ലാത്ത ഗൃഹനാഥനടക്കം കുടുംബം മുഴുവൻ ഒരു ചെറിയ കട്ടിലിൽ ഞെരുങ്ങിക്കൂടുന്നു. അവർ അവിടെയിരുന്ന് ഭക്ഷണം കഴിക്കുന്നു. വിവിധഭാരതിയിലെ പാട്ടുകൾ കേൾക്കുന്നു. അവരുടെ ചുറ്റും പറന്നാർക്കുന്ന ഈച്ചജന്മങ്ങൾപ്പോലും കൂടുതൽ മികവാർന്നവയാണ്.

ഒരു മഴദിവസം വി.ടിയിൽ നിന്ന് ചെമ്പൂർക്കുള്ള തീവണ്ടിയാത്രയിൽ മനുഷ്യർ വെള്ളത്തിൽ കുതിർന്ന് ജീർണ്ണിക്കുന്നത് കണ്ടു. അവരോട് സഹതപിക്കുന്നതാണ് ഏറ്റവും വലിയ ക്രൂരത. കാരണം അവർക്ക് സ്നേഹത്തിന്റെയും കാരുണ്യത്തിന്റെയും, സഹതാപത്തിന്റെയുമൊക്കെ അർത്ഥങ്ങൾ എന്നോ നഷ്ടപ്പെട്ടിരുന്നു. അവർക്ക് സ്വാതന്ത്ര്യത്തിന്റെയും ജനാധിപത്യത്തിന്റെയും മൂല്യങ്ങളറിയില്ല. സ്വന്തം ജീവിതത്തിന്റെ മൂല്യ ങ്ങൾ നഷ്ടപ്പെട്ടവർക്ക് എങ്ങനെ മൂല്യബോധമുണ്ടാകും? അഞ്ചുകൊല്ല ത്തിലൊരിക്കൽ വിരലിൽ മഷിപുരട്ടി അടയാളം കുത്തുന്നത് ആർക്കു വേണ്ടിയെന്നും എന്തിനുവേണ്ടിയെന്നും അവരോർക്കാറില്ല. അവരുടെ ചിന്തകളും ഓർമ്മശക്തികളും കവർന്നെടുത്തവർ അവർക്കൊരിക്കലും കാണാൻ കഴിയാത്ത, പ്രവേശിക്കാൻ കഴിയാത്ത അധികാരക്കോട്ടകൾ കെട്ടുന്നു. അതിന് കാവലേർപ്പെടുത്തുന്നു. കോട്ടയ്ക്കകത്തിരുന്ന് അവ രുടെ കുടിലുകൾ പൊളിച്ചുകളയാനുള്ള നിയമങ്ങളുണ്ടാക്കുന്നു. അവ രിൽ കുത്തിവയ്ക്കാനുള്ള വിഷക്കൂട്ടുകളുണ്ടാക്കുന്നു. അവരുടെ അജ്ഞത നിലനിർത്താനുള്ള പാഠഭേദങ്ങൾ രചിക്കുന്നു.

മഴപെയ്യുകയും, പെയ്തൊഴിയുകയും വീണ്ടും പെയ്യുകയും ചെയ്തു കൊണ്ടിരുന്നു. മഴയുടെ ശക്തി വർദ്ധിച്ചതോടൊപ്പം ജനജീവിതം കൂടുതൽ രോഗാതുരവും കഷ്ടതകൾ നിറഞ്ഞതുമായി.

മഴക്കാലം അന്ന് നഗരത്തിൽ നരകമായിരുന്നെങ്കിൽ ഇന്ന് മഹാനരക മാണ്. അന്നുള്ളതിന്റെ പത്തിരട്ടിയിലധികം മനുഷ്യരുടെ ദുരിതങ്ങൾ ഒന്നിച്ചുകൂടിയിരിക്കുന്നു.

എന്റെ അച്ഛൻ എനിക്കുവേണ്ടി പറഞ്ഞുവച്ചിരുന്ന സമാധാനപൂർണ്ണ മായ സ്ക്കൂൾ ജോലി വേണ്ടെന്നുവച്ച് ദുർമോഹങ്ങളുടെ പുറകെ ഓടാൻ എന്നെ പ്രേരിപ്പിച്ചതെന്താണ്? സുഖസൗകര്യങ്ങളിലുള്ള അതിഭ്രമമാണോ? ധനാശയാണോ? കെട്ടുപാടുകളിൽനിന്നകന്ന് തികച്ചും സ്വതന്ത്രനായി ജീവിതം കരുപ്പിടിപ്പിക്കാനുള്ള അഭിവാഞ്ഛ യാണോ?

ഓരോ ദിവസവും മഴ നനഞ്ഞൊലിച്ചുവരുമ്പോൾ ഞാനെന്നോട് ചോദ്യങ്ങൾ ചോദിച്ചു. എന്റെ കയ്യിൽ ഉത്തരങ്ങളുണ്ടായിരുന്നില്ല. തിരിച്ചു പോക്ക് നാണംകെട്ട പോക്കായിരിക്കും. അതു വയ്യാ. സ്വയം തിരഞ്ഞെ ടുത്ത വഴിയിലൂടെ നടന്നേ പറ്റു. എത്തുന്നിടത്ത് എത്തട്ടെ.

ഓാസ ബൈബിളെന്ന് പറഞ്ഞുതന്ന പുസ്തകം വായിച്ചുതീർക്കാൻ എനിക്കായില്ല. അവിടെയും ഇവിടെയും ഇടയ്ക്കൊന്ന് ഓടിച്ചുനോക്കും. ഒന്നും മനസ്സിലാകാതെ വരുമ്പോൾ പുസ്തകമടയ്ക്കും. എന്നാൽ വിജ്ഞാനത്തിന്റെ ചില നുറുങ്ങുകൾ എനിക്കതിൽനിന്നു വീണുകിട്ടി. ചെയ്യാൻ പോകുന്ന ജോലിയുടെ ഏകദേശ സ്വഭാവവും.

യന്ത്രച്ചക്കുകളിൽ (Expeller) നിന്നും പുറത്തുവരുന്ന നിലക്കടലപ്പിണ്ണാ ക്കിൽ പന്ത്രണ്ടു ശതമാനത്തോളം എണ്ണ അവശേഷിക്കുന്നുണ്ട്. പിണ്ണാ ക്കിന്റെ ഉപയോഗം കാലിത്തീറ്റയായിട്ടോ (ഫോഡർ സ്കാം ഓർത്തു പോകുന്നു. ലാലുപ്രസാദ് യാദവിനെയും!) വളമായിട്ടോ ആവാം. രണ്ടിനും ഇത്രയധികം എണ്ണയുടെ ആവശ്യമില്ല. പിണ്ണാക്ക് എത്ര ഞെക്കിപ്പിഴി ഞ്ഞാലും അവശേഷിക്കുന്ന എണ്ണ പുറുത്തുവരില്ല. വിദഗ്ദ്ധന്മാരുടെ മന സ്സിൽ രൂപംകൊണ്ട ഉപായമാണ്, ഈ എണ്ണയെ ഏതെങ്കിലും ജൈവ ലായകത്തിൽ (Organic Solvent) വിലയിപ്പിച്ചെടുക്കാമെന്നുള്ളത്. നോർമൽ ഹെക്സെയിൻ (N-Hexane) ലായകമായി ഉപയോഗിച്ച് ആറ് ശതമാനം എണ്ണ വേർതിരിക്കാം. പിന്നീട് ലായകവും ബാഷ്പീകരണം വഴി വീണ്ടെടുക്കാം. അല്പം നഷ്ടം സംഭവിക്കുമെങ്കിലും ഹെക്സെ യിൻ വീണ്ടും വീണ്ടും ഉപയോഗിക്കാമെന്നുള്ളത് ഒരു വലിയ സാധ്യത യാണ്. എണ്ണ ശുദ്ധീകരിച്ച് സോപ്പും ഡിറ്റർജന്റും മറ്റും ഉണ്ടാക്കാൻ ഉപ യോഗിക്കാം. എണ്ണയുടെ അംശം കുറഞ്ഞ പിണ്ണാക്കിന് (De-oiled cake) സാധാരണ പിണ്ണാക്കിനേക്കാൾ വിലയുണ്ടായിരുന്നു എന്നുള്ളതാണ് ഇതിന്റെ വ്യാപാര സാധ്യത. ആഫ്രിക്കയിലേക്കും സിലോണിലേക്കു മൊക്കെ ധാരാളം കയറ്റി അയച്ചിരുന്നു. ഈ പരിപാടിക്ക് ആവശ്യമായ പ്ലാന്റുണ്ടാക്കുകയാണ് സ്വസ്തിക് എൻജിനീയറിംഗ് വർക്സ്.

ഈ പ്രക്രിയയിലെ ഏറ്റവും അപകടകാരി ഹെക്സെയിനായിരുന്നു. തീ ഏഴകലത്തുകൂടി പോയാൽ ആളിപ്പിടിക്കും. പൊട്ടിത്തെറിക്കും. വാതകം ശ്വസിച്ചാൽ വീർപ്പുമുട്ടലനുഭവപ്പെടുകയോ ബോധക്ഷയമു ണ്ടാവുകയോ ചെയ്യും. പ്ലാന്റിൽ സ്പാർക്കുണ്ടാക്കുന്ന ഇലക്ട്രിക്

ഫിറ്റിംഗുകൾ നിഷിദ്ധം. ഊഷ്മാവും മർദ്ദവും ഏറ്റവും നിയന്ത്രണവും ശ്രദ്ധയും അർഹിക്കേണ്ട ഘടകങ്ങൾ.

ഇത്രയൊക്കെ അറിഞ്ഞപ്പോൾതന്നെ മനസ്സിൽ വല്ലാത്തൊരങ്കലാപ്പ്. നുരയിട്ടുവരുന്ന അസ്വാസ്ഥ്യം. തത്കാലം ലാഘവത്വം കൈകൊണ്ട് ആലോചിച്ചു. ഇത്രദൂരം വന്നിട്ട് കിട്ടിയ ജോലി പിണ്ണാക്കിൽനിന്ന് എണ്ണ യെടുക്കലാണല്ലോ. വ്യർത്ഥശ്രമങ്ങൾക്ക് 'മണൽത്തിരുമ്മി എണ്ണയെടു ക്കുക' എന്നൊരു ചൊല്ലുണ്ടല്ലോ. തമ്മിൽ ഭേദം അതല്ലേ? അഗ്നിയോട് കടുത്ത അനുരാഗമുള്ള ഒരു വസ്തു കൈകാര്യം ചെയ്യുന്നതിലെ അപകടസാദ്ധ്യതകൾ ഒഴിവാക്കുകയെങ്കിലും ആവാമല്ലോ.

ഞാൻ, ബൈബിൾ എന്നു വിശേഷിപ്പിച്ച ആ പുസ്തകം അടച്ചു വച്ചു. പിന്നീടൊരിക്കലും അതു തുറന്നിട്ടില്ല.

പൊയ്പ്പോയ കാലത്തിന്റെ ഓർമ്മയായി ഇന്നും അത് എന്റെ പുസ്തകശേഖരത്തിൽ വിശ്രമിക്കുന്നു.

പതിനൊന്ന്

സമവാക്യങ്ങൾ

ആഗസ്റ്റ് 1960.

മൂന്നാമത്തെ വെള്ളിയാഴ്ചയാണെന്നാണ് ഓർമ്മ.

ആദ്യകാലങ്ങളിൽ ഡയറി എഴുതുന്ന ശീലമുണ്ടായിരുന്നു. എന്റെ ദിവസങ്ങൾക്കെന്നും ഒരേ മുഖച്ഛായയാണെന്ന് ബോദ്ധ്യം വന്നപ്പോൾ ക്രമേണ ആ പതിവുമുടങ്ങാൻ തുടങ്ങി. ഞാൻ എത്ര കാപ്പി കുടിച്ചു, അല്ലെങ്കിൽ എത്ര സിഗരറ്റ് വലിച്ചു എന്നതൊഴിച്ചാൽ ആ കുറിപ്പുകളിൽ വിവരങ്ങളൊന്നുമില്ല. പിൽക്കാലത്ത് എന്റെ കുട്ടികൾ ആ ഡയറിയെടുത്തു വായിച്ച് ചിരിക്കുന്നത് ഞാൻ കണ്ടിട്ടുണ്ട്. ബാപ്പ്രേ, ടൂ പാക്കറ്റ്സ് പനാമ!

ഏതു വെള്ളിയാഴ്ചയെന്ന് ഇവിടെയും അടയാളപ്പെടുത്തുന്നില്ല. കാലത്തിന്റെ പ്രവാഹത്തിൽ ഒഴുക്കിവിടുന്ന വാക്കുകൾ എവിടെ ഒഴുക്കുന്നു, എവിടെ എത്തിച്ചേരുന്നു എന്നതിനു പൂർവ്വനിശ്ചയങ്ങളില്ല. കടലാസ്സുവഞ്ചികൾപോലെ ഒഴുകിപ്പോകുന്നു. ഇടയ്ക്കെവിടെയോവച്ച് ആകൃതി നഷ്ടപ്പെട്ട് നനഞ്ഞുകീറുന്നു.

പുതിയ വഞ്ചികൾ പുറകേ ഒഴുകിവരുന്നുണ്ട്. അവയെ പിടിക്കാനായിരിക്കും നിങ്ങൾക്കിഷ്ടം. അങ്ങനെത്തന്നെയാണ്, വേണ്ടതും.

ബോസ് വിളിക്കുന്നു എന്ന് നരസിംഹൻ പറഞ്ഞപ്പോൾ പരിഭ്രമമൊന്നും തോന്നിയില്ല.

ജാംനഗറിൽ പോകാൻ തയ്യാറാണോ?

അതെ.

ഒന്നും ആലോചിക്കാതെ, മേലും കീഴും നോക്കാതെയുള്ള ഉത്തരം.

ശരി, തിങ്കളാഴ്ച കാലത്ത് ആറുമണിക്ക് എയർപോർട്ടിൽ വരൂ. ഞാനവിടെയുണ്ടാവും.

ഞാൻ അന്ധാളിച്ചുകൊണ്ട് പുറത്തേക്കു പോന്നു.

നരസിംഹൻ കൈകൊട്ടി വിളിച്ചു.

എന്താ സംഭവം?

തിങ്കളാഴ്ച ജാംനഗറിൽ പോകണമെന്ന്.

അന്ന് ബോസും പോകുന്നുണ്ടല്ലോ.

ഉവ്വ്. കൂടെ ഈ ഞാനും.

ബൈ എയർ?

മറുപടി ചിരിയിലൊതുക്കി.

ഭാഗ്യവാൻ. കൊട് കയ്യ്...

നരസിംഹൻ എന്റെ കൈപിടിച്ചു കുലുക്കി, ഞാനന്നേ പറഞ്ഞില്ലേ ഓാസ നല്ലവനാണെന്ന്?

എനിക്ക് എന്തോ വിശ്വാസമാകുന്നില്ല. മൂന്നുമാസം മുമ്പ് ജോലിയിൽ പ്രവേശിച്ച, ജോലിയൊന്നും ചെയ്ത് മിടുക്കോ കഴിവോ പ്രകടിപ്പിക്കാത്ത ഒരുത്തനെ അവന്റെ മേധാവി തന്നോടൊപ്പം പ്ലെയിനിൽ കൊണ്ടു പോവുക!

ആ മനുഷ്യന്റെ മനസ്സ് വലുതാണെന്ന് എനിക്കു ബോധ്യമായി.

സാധാരണനിലയ്ക്ക്, ഞാൻ പ്ലെയിനിൽ പോകുന്നു. നീ വണ്ടിയിൽ ഒരുദിവസം മുമ്പ് പുറപ്പെട്ട് തിങ്കളാഴ്ച അവിടെ എത്തുക. അഡ്വാൻസ് വല്ലതും വേണമെങ്കിൽ നരസിംഹനോട് വാങ്ങുക, എന്നേ അദ്ദേഹത്തിനു പറയേണ്ടതുള്ളു.

അദ്ദേഹത്തിന്റെ ഔദാര്യം എന്നെ ഗാഢമായി സ്പർശിച്ചു.

വ്യവസായവ്യാപാര മേഖലകളിൽ വിഹരിക്കുന്ന ഗുജറാത്തികളെയും മാർവാഡികളേയുമൊക്കെ പൊതുവെ പിശുക്കന്മാരും, ധനദുർമോഹി കളും, കണ്ണിൽ ചോരയില്ലാത്തവരുമായിട്ടാണ് പറഞ്ഞുകേട്ടിട്ടുള്ളത്. എന്നാൽ എന്റെ അനുഭവം നേരെ മറിച്ചായിരുന്നു. അടുത്ത മൂന്നുനാലു കൊല്ലം എനിക്കിടപഴകേണ്ടിവന്ന എന്റെ മുതലാളിമാർ എല്ലാവരുംതന്നെ എന്നോട് നല്ലനിലയിലേ പെരുമാറിയിട്ടുള്ളു. പലപ്പോഴും അവരുടെ ആദരവും ബഹുമാനവും എന്നെ വിഷമിപ്പിച്ചിട്ടുണ്ട്. അവർക്ക് എന്നെ ക്കൊണ്ട് ആവശ്യമുണ്ടായിരുന്നു എന്നുള്ളത് ശരിതന്നെ. പക്ഷേ പണം കൊടുത്ത് എനിക്കു പകരം പത്തുപേരെ വാങ്ങാൻ കഴിവുള്ളവരായി രുന്നു അവരെന്ന് ഓർക്കുമ്പോൾ എനിക്ക് അളവറ്റ കൃതജ്ഞതയുണ്ട്. അവരെപ്പോഴും എന്നെ ഒപ്പത്തിനൊപ്പം അവരിലൊരാളായി കരുതി. നമ്മൾ ശമ്പളം കൊടുത്ത് ജോലിചെയ്യിക്കുന്നവരെ കാണുന്നത് വേറെ കണ്ണുകളിലൂടെയാണല്ലോ. വ്യത്യാസങ്ങൾ മേലേക്കിടയിലുള്ളവരിൽ സൂക്ഷ്മമാണെങ്കിൽ താഴെക്കിടയിലുള്ളവരിൽ അവ സ്ഥൂലമാണ്.

ഒരിലക്ട്രീഷ്യൻ അല്ലെങ്കിൽ ഒരു പെയിന്റർ അവന്റെ സഹായിയോട് വളരെ കർക്കശമായ രീതിയിൽ സംസാരിക്കുന്നതും പെരുമാറുന്നതും

ഞാൻ ശ്രദ്ധിച്ചിട്ടുണ്ട്. അതേ ആൾതന്നെ അവന്റെ ഒരുപടി ഉയർന്ന ആളോട് താഴ്മയായും ബഹുമാനത്തോടെയും പെരുമാറുന്നത് എന്നെ അദ്ഭുതപ്പെടുത്തിയിട്ടുമുണ്ട്.

വളരെക്കാലത്തിനുശേഷം ഞാൻ ജീവിച്ച കോളനിയിൽ പല വിഭാഗത്തിൽപെട്ടവരും പല തലങ്ങളിൽ ജോലിചെയ്യുന്നവരും ഉണ്ടായിരുന്നു. ഒരിക്കൽ ഒരാൾ തന്റെ ഭാര്യയോട് അകലേക്കു വിരൽ ചൂണ്ടി പറയുന്നു, അതൊക്കെ തന്നേക്കാൾ താഴ്ന്ന ശമ്പളം പറ്റുന്നവരുടെ വീടുകളാണ്! അയാളേക്കാൾ ഉയർന്ന ശമ്പളം പറ്റുന്നവരുടെ വീടുകൾ ഭാര്യയ്ക്കു കാണിച്ചുകൊടുക്കാൻ അയാൾക്കൊരു താത്പര്യവുമില്ല.

നമ്മുടെയൊക്കെ സ്വഭാവത്തിന് ഇങ്ങനെ ചില ഇരുണ്ട വശങ്ങളുമുണ്ടെന്നുള്ളത് നിഷേധിക്കാനാവില്ല. പദവി, സമ്പത്ത്, സ്ഥാനമാനങ്ങൾ, ആദരവുകൾ മുതലായവയൊക്കെ മനുഷ്യരിൽ ലഹരിയായി പ്രവർത്തിക്കുന്നു. ലഹരിയുടെ തോത് ഓരോരുത്തരിലും കൂടിയും കുറഞ്ഞും ഇരിക്കുമെന്നുമാത്രം.

ജാംനഗറിലേക്കുള്ള യാത്ര എന്നിലും നേർത്ത ലഹരിയായി പ്രവർത്തിച്ചിരിക്കാം. ലഹരിയെന്നോ, ആവേശമെന്നോ പറയേണ്ടത് എന്നറിയില്ല. കാരണം അന്ന് ലഹരി എന്തെന്ന് അറിഞ്ഞിട്ടുണ്ടായിരുന്നില്ല. എന്തായാലും അതിനേക്കാളുമുപരിയായ ഭയാശങ്കകളും മനസ്സിൽ തിരനോട്ടം നടത്തുന്നുണ്ടായിരുന്നു.

ഭൂപടത്തിൽപോലും പരിചയിക്കാത്ത ഒരു സ്ഥലം. തികച്ചും അപരിചിതരായ മനുഷ്യർ. ഹിന്ദിപോലും സംസാരിക്കാനറിയാത്ത ഞാനെങ്ങനെ ഗുജറാത്തി മനസ്സിലാക്കും?

മാഹൂളിലെ ഒറ്റമുറിയോടും ഹ്രസ്വകാലബന്ധുക്കളോടും, മത്സ്യഗന്ധത്തോടും വിടപറയുകയാണെന്ന് ഞാൻ നിർമ്മമതയോടെ ഓർത്തു. എനിക്കാകെ കൊണ്ടുപോകാനുണ്ടായിരുന്ന സാധനങ്ങൾ ഒരെയർബാഗിൽ ഒതുക്കി. നിസ്വനായ ഞാൻ പ്ലെയിൻയാത്ര ചെയ്യുന്നതിലെ വൈരുദ്ധ്യം എവിടെനിന്നൊക്കെയോ എന്നെ തുറിച്ചുനോക്കി. എന്റെ പെരുമാറ്റത്തിനു പൊടുന്നനെ മാറ്റം സംഭവിച്ചതായി ഞാൻ മനസ്സിലാക്കി. വാക്കുകളിലും നോട്ടത്തിലും ചലനങ്ങളിലും ഉത്സാഹവും സന്തുഷ്ടിയും സന്ദേഹങ്ങളും ഭീതികളുമൊക്കെ മാറിമാറി നിഴലിച്ചു.

നാലുമണിക്ക് ഞാൻ അലാറം വയ്ക്കാം, നാരായണൻ പറഞ്ഞു. നാലരയ്ക്ക് ഇറങ്ങണം.

ഗുജറാത്തികളുടെ ഭക്ഷണം കുറച്ചു തിന്നാ മതി, അപ്പുക്കുട്ടൻ പറഞ്ഞു. അവർ കറികളിൽകൂടി പഞ്ചസാരയിടും, ശ്രദ്ധിച്ചില്ലെങ്കിൽ ഇനിയും ചീർത്തുവരും.

അവിടെ താമസമൊക്കെ?

ഞാൻ ചോദിച്ചിട്ടില്ല. ബോസ്സിന്റെ കൂടെയല്ലേ പോകുന്നത്.

എല്ലാം നല്ലതിനാണെന്ന് കരുതുക.

ഇവിടെ എനിക്ക് നിങ്ങളുണ്ടായിരുന്നു. നിങ്ങളുടെ സഹായവും തണലും. ഭയാശങ്കകൾ ഒട്ടുമുണ്ടായിരുന്നില്ല. ചില രാസപ്രവർത്തനങ്ങൾ മനസ്സിൽ നടക്കുന്നു. അവയുടെ സമവാക്യങ്ങൾ ബാലൻസു ചെയ്യാൻ പറ്റാതെ ഞാൻ വിഷമിച്ചു. രസതന്ത്ര ക്ലാസുകളിൽ നേടിയെടുത്ത അല്പവിജ്ഞാനത്തിനപ്പുറത്തായിരുന്നു, ആ സമവാക്യങ്ങൾ.

പന്ത്രണ്ട്

കളരി

അന്ന് വിമാനത്താവളം ഒന്നേ ഉണ്ടായിരുന്നുള്ളു - സാന്താക്രൂസ്. ബസ്സിൽ യാത്ര ചെയ്യുമ്പോൾ ചിറകുകളുടെ തിളക്കങ്ങൾ കണ്ടിട്ടുണ്ടെന്നല്ലാതെ അതിന്റെ ഉൾവശം എങ്ങനെയിരിക്കുമെന്നോ, അതിന് എത്രത്തോളം വലിപ്പമുണ്ടെന്നോ ഒന്നും അറിയില്ല. അറുപതുകളിൽ വിമാനയാത്ര സമ്പന്നർക്കും ഉന്നതോദ്യോഗസ്ഥർക്കും മാത്രം ലഭിച്ചിരുന്ന വരദാനമായിരുന്നു.

അന്ന് സാന്താക്രൂസ് എയർപോർട്ട് ദേവലോകംപോലെ സുന്ദരവും സുഖസൗകര്യങ്ങളുള്ളതുമായിരുന്നു. തൂണുകൾക്കു ചുറ്റും വളരെ പതുപതുത്ത സോഫകൾ. കണ്ണാടിപോലെ തിളങ്ങുന്ന നിലം. വായുവിൽ എപ്പോഴും സുഗന്ധം. വളരെ കുറച്ചാളുകൾ. ഒരു പ്രത്യേക ലോകത്തിൽ ചെന്നുപെട്ടതുപോലെ തോന്നി. ഇരിക്കാനും നടക്കാനും പേടി. എന്റെ കാലുകളിലെ അഴുക്ക് അവിടുത്തെ ശുചിത്വത്തിന് ഹാനി വരുത്തുമെന്നുള്ള ഭയം.

ഇന്ന് മുംബെയിലെ വിമാനത്താവളങ്ങൾ ചന്തകളാണ്. തിക്കും തിരക്കും ബഹളവും കൊതുകുകളും ദുർഗന്ധങ്ങളും. ഇവിടുത്തെ റെയിൽവേസ്റ്റേഷനുകൾ എത്രയോ ഭേദം!

ഇരുപത്തൊന്നാം നൂറ്റാണ്ടിന്റെ ആരംഭത്തിൽ മുംബെയിലെ എയർപോർട്ടുകൾ ലോകത്തിലെ പ്രസിദ്ധ വിമാനത്താവളങ്ങളുടെ നിരയിലേക്ക് ഉയർന്നു. അവിടുത്തെ സൗകര്യങ്ങളും സംവിധാനങ്ങളും മേന്മയേറിയതായിരുന്നു.

പ്രവേശന കവാടത്തിൽ ഓസ കാത്തുനിന്നിരുന്നു. ഫുൾ സ്യൂട്ടിലായിരുന്നു അദ്ദേഹം. കയ്യിൽ എയർപോർട്ടിൽനിന്നു വാങ്ങിയതെന്നു തോന്നിച്ച അഗഥാ ക്രിസ്റ്റിയുടെ ഒരു പുസ്തകം. ഞാൻ ആശ്രിതന്റെ വേഷത്തിലും. സ്നേഹിതന്മാരോടു വിടപറഞ്ഞ് ഞാൻ ഓസയുടെകൂടെ കൂടി. അദ്ദേഹം സോഫയിലിരുന്ന് പുസ്തകം നിവർത്തി. ഞാൻ ഇന്ദ്രിയങ്ങളിലൂടെ ശ്വാസഗന്ധനാദധാരകൾ ഉൾക്കൊള്ളാൻ ശ്രമിച്ചു. അനർഹമായ

ഒരിടത്തു ചെന്നുപെട്ടതിന്റെ മൗഢ്യം മനസ്സിൽ തുളുമ്പി. അവിടുത്തെ ചിട്ടകളും പെരുമാറ്റസമ്പ്രദായങ്ങളും എനിക്കറിയില്ല. ഞാൻ ഇരിക്കുന്നത് ശരിയായ രീതിയിലാണോ, എന്റെ വസ്ത്രങ്ങൾ മോശമാണോ, എന്റെ ഷൂസിന് തിളക്കം പോരേ എന്നിങ്ങനെ നൂറുനൂറു സംശയങ്ങൾ.

ബോസ് എഴുന്നേറ്റപ്പോൾ ഞാനും എഴുന്നേറ്റു. അദ്ദഹം നടന്നപ്പോൾ ഞാനും നടന്നു. ഏതോ ഒരു കൗണ്ടറിന്റെ മുമ്പിൽ അദ്ദേഹത്തിന്റെ പുറ കിലായി ക്യൂ നിന്നു.

ഞാൻ ഒരു പാവമായി മാറിയിരിക്കുന്നു. എന്റെ ചലനങ്ങളുടെ താക്കോൽ ഓസയുടെ കയ്യിലാണ്. ഞാൻ ആവശ്യത്തിൽ കൂടുതൽ അച്ചടക്കവും വിധേയത്വവും പ്രകടിപ്പിക്കുന്നു.

കൗണ്ടറിൽനിന്നു കിട്ടിയ കട്ടിയുള്ള കാർഡ് (ബോർഡിംഗ് പാസ്) എന്നെ ഏല്പിച്ചുകൊണ്ട് ഓസ പറഞ്ഞു.

കീപ്പിറ്റ് കെയർഫുള്ളി.

ജാംനഗറിലേക്ക് പറന്ന വിമാനം ഒരു ഡക്കോട്ടയായിരുന്നു. എന്നെ സംബന്ധിച്ചിടത്തോളം ഞാനാദ്യമായി അടുത്തുകാണുന്ന ഒരദ്ഭുതയാന പാത്രം.

വാതിൽക്കൽത്തന്നെ പൂത്തുലുഞ്ഞു നിൽക്കുന്ന യൗവനം ഇരുപ ത്തിരണ്ടുകാരന്റെ കണ്ണുകളിലെ വസന്തമായി.

ഓസയുടെ അടുത്ത സീറ്റിന്റെ മാർദ്ദവത്തിൽ ഞാനമർന്നു. വാസ്തവ ത്തിൽ ആ അനുഭവത്തെ കാലത്തിന്റെ മറ്റൊരറ്റത്തിരുന്ന് പുനർസൃഷ്ടി ക്കാനാവില്ല. ഇന്നത്തെ വായനക്കാർക്ക് അരോചകമാകും.

ഓസ സീറ്റുബെൽറ്റ് കെട്ടിയപ്പോൾ ഞാനും കെട്ടി. പിന്നെ വിമാനം ഉയർന്നുപൊന്തുന്ന നിമിഷത്തിനുവേണ്ടി ശ്വാസമടക്കി കാത്തിരുന്നു. ചാട്ടുളിപോലെ അന്തരീക്ഷത്തിലേക്ക് ഉയർന്നപ്പോൾ എന്റെ ഉള്ളിൽ നിന്ന് എന്തോ പറന്നുപോയി. കിളിയോ, ചിത്രശലഭമോ? അത്രയും ഉയര ത്തിലെത്തിയപ്പോൾ ആകാശം ഇനിയും എത്രയോ അകലെയാണെന്ന തോന്നൽ. ജനൽ തുറന്ന് മഴമേഘങ്ങളെ തൊട്ടുതലോടാൻ ബാലിശ മായ മോഹം. ആകാശഗമനത്തിന്റെ നിർവൃതിയിൽ ലയിക്കാൻ തുടങ്ങു മ്പോഴേക്കും ശീഘ്രസ്ഖലനംപോലെ യാത്ര അവസാനിച്ചു.

ഞങ്ങൾ ജാംനഗറിലെത്തിക്കഴിഞ്ഞു.

സാധാരണയിൽ കൂടുതൽ നീളവും വലിപ്പവുമുള്ള കറുത്ത കാറിലാണ് ഞങ്ങൾ എയർപോർട്ടിൽനിന്നു തിരിച്ചത്. സ്വീകരിക്കാൻ വന്നിരുന്ന സുമുഖനായ ചെറുപ്പക്കാരനും ബോസും ഇടതടവില്ലാതെ ഗുജറാത്തിയിൽ സംസാരിച്ചുകൊണ്ടിരുന്നു. ഞാൻ ഊമയെപ്പോലെ ഇരുന്ന് വഴിയോരക്കാഴ്ചകൾ കണ്ടു. കൊട്ടാരസദൃശ്യമായ ഒരു വീട്ടിലാണ് ചെന്നെത്തിയത്. ഇന്ദുലാൽ താംബോലിയുടെ ഗൃഹം -ജാംനഗറിലെ

എണ്ണപ്പെട്ട വ്യക്തികളിൽ ഒരാളാണ് അദ്ദേഹം എന്നു പിന്നീട് മനസ്സിലാക്കി. മറ്റുള്ളവർ ഭയഭക്തിബഹുമാനങ്ങളോടെ അടക്കിപ്പിടിച്ച ശബ്ദത്തിലാണ് ആ പേരുച്ചരിച്ചത്.

ആ വീട്ടിൽനിന്ന് അധികം അകലെയല്ലാതെ ഒരു ഹോട്ടലിലായിരുന്നു എനിക്കു താമസിക്കാൻ സൗകര്യം ചെയ്തിരുന്നത്. ഹോട്ടൽ ഡ്രീംലാന്റ്. ഓാസ താംബോലിയുടെ അതിഥിയായിരുന്നു.

ഹോട്ടൽ ഡ്രീംലാന്റ് എന്റെ പ്രതീക്ഷകൾക്കപ്പുറത്തായിരുന്നു. മാഹൂളിലെ ഒറ്റമുറിയും ചെമ്പൂർ ഗസ്റ്റ്ഹൗസും മാത്രം കണ്ടുപരിചയിച്ച എനിക്ക് ഹോട്ടലിലെ സുഖസൗകര്യങ്ങൾ ആവശ്യത്തിലധികമായിരുന്നു. ഇത്രയൊന്നും ഞാനർഹിക്കുന്നില്ലല്ലോ. വലിയ സ്വപ്നങ്ങളൊന്നുമില്ലാത്തവനെന്തിനാണ് ഡ്രീംലാന്റ്? ഞാൻ മുറിയിലെ ചുമരുകളോടും നിലക്കണ്ണാടിയോടുമൊക്കെ ചോദിച്ചു. എന്നാൽ ദിവസങ്ങൾ കഴിഞ്ഞപ്പോൾ വിശാലമായ ഈ പ്രപഞ്ചത്തിൽ എനിക്ക് സ്വകാര്യതയുള്ള, മറ്റാരും കടന്നുവരാത്ത ഒരിടം കിട്ടിയതായി തോന്നി.

ജാംനഗറിൽനിന്ന് ഏതാണ്ട് എട്ടോ പത്തോ കിലോമീറ്ററകലെ ബേഡേശ്വർ എന്ന സ്ഥലത്തായിരുന്നു പ്ലാന്റ്. സച്ദേവ് ഇൻഡസ്ട്രീസ്. തലയുടെ മുൻവശം കഷണ്ടികയറിയ ഒരു 'പതിനൊന്നുമീശ'ക്കാരനായിരുന്നു സച്ദേവ്. കുർത്തയും പൈജാമയുമാണ് സാധാരണ വേഷം. ജാംനഗർ പാക്കിസ്ഥാനോട് അടുത്തുകിടക്കുന്ന പ്രദേശമാണെന്നും അവിടെ സൈനികത്താവളവും തുറമുഖവുമുണ്ടെന്നും സച്ദേവ് പറഞ്ഞുതന്നു. ജോലിക്കാരെല്ലാം 'കച്ചി'യാണ് സംസാരിക്കുന്നത്. 'റാൻ ഓഫ് കച്ച്' എന്ന് ഞാനാദ്യമായി കേട്ടത് അവിടെവച്ചാണ്.

ജാംനഗർ എനിക്ക് അറിവിന്റെ ചില ജനലുകൾ തുറന്നു. അതിലൂടെ ഞാൻ കണ്ട കാഴ്ചകൾക്ക് പുതുമയുണ്ടായിരുന്നു. ബേഡേശ്വറിലെ വായുവിൽ സദാസമയവും കടലെണ്ണയുടെ ഗന്ധമുണ്ടായിരുന്നു. ഒട്ടകങ്ങൾ കുടമണികൾ കിലുക്കി അലസഗമനം ചെയ്യുന്നതും ഭാരം വലിക്കുന്നതും മുമ്പൊന്നും കാണാത്ത കാഴ്ചയായിരുന്നു. സൃഷ്ടികൊണ്ട് മനസ്സു മടുത്ത ഏതെങ്കിലും മുഹൂർത്തത്തിലാവണം ദൈവം വിരൂപിയായ ഈ മൃഗത്തിന്റെ രൂപകല്പന ചെയ്തതും കളിമണ്ണു കുഴച്ചതും. സാധാരണ വളർത്തുമൃഗങ്ങളുടെ കണ്ണുകളിൽ കാണുന്ന സ്നേഹവായ്പോ സൗമ്യതയോ ഒട്ടകത്തിന്റെ കണ്ണുകളിലില്ല. ഘനീഭവിച്ച നിർവ്വികാരത മാത്രം. ഏതെങ്കിലും മരത്തണലിലോ, കിണറ്റിൻകരയിലോ കിടന്ന് കണ്ണുകളടച്ചു ചുണ്ടുകൾ അനവരതം ചലിപ്പിക്കുമ്പോൾ ഭാരം ചുമക്കാൻ വിധിക്കപ്പെട്ട ജന്മപരമ്പരകളുടെ പാപങ്ങളെക്കുറിച്ചാകുമോ ആ ജീവികൾ ഓർക്കുന്നത്?

ഡ്രീംലാന്റിലെ സ്വകാര്യതയിൽ മനസ്സ് യഥേഷ്ടം മേഞ്ഞുനടന്നു. മലയാളം പറയാവുന്ന ഒരാളുമില്ലാത്ത ആ ചുറ്റുപാടുകളിൽ ഭാഷ മനസ്സിൽ ഒരു വിലങ്ങായി മാറി. സൂചികൊണ്ട് തൊട്ടാൽ പൊട്ടുന്ന ഒരു

വ്രണമായി അതു വളർന്നു. മുഖത്ത് വസൂരിക്കലകളും കറുത്ത ചുരുളൻ മുടിയുമുള്ള മാതു എന്നു വിളിക്കുന്ന മഹാദേവ് ചായകൊണ്ടുവരുമ്പോൾ അവനോട് മലയാളം സംസാരിച്ചാലോ എന്നുവരെ ഞാനാലോചിച്ചു. അവിടെവച്ചാണ് മലയാളം പറയാനാകാത്ത എന്റെ ശ്വാസം മുട്ടൽ കടലാസി ലാക്കാനുള്ള ത്വര വർദ്ധിച്ചത്.

ഞാൻ ധാരാളം കഥകളെഴുതി. എഴുതിയതെല്ലാം മദ്രാസിൽനിന്ന് അപ്പുക്കുട്ടി ഗുപ്തന്റെ പത്രാധിപത്യത്തിൽ പുറപ്പെട്ടിരുന്ന ജയകേരള ത്തിന് അയച്ചുകൊടുത്തു. ഒന്നും വിടാതെ അവരതെല്ലാം പ്രസിദ്ധീക രിച്ചു. അന്ന് ജയകേരളത്തിൽ എന്നെപ്പോലെ തുടർച്ചയായി എഴുതിയിരു ന്നവരാണ് ഉണ്ണികൃഷ്ണൻ പുതൂർ, വി.ടി. നന്ദകുമാർ, പാറപ്പുറത്ത് തുട ങ്ങിയവർ.

ജാംനഗറിലെ ഏകാന്തവാസവും ജയകേരളത്തിലെ പേജുകളും ഇല്ലാ യിരുന്നുവെങ്കിൽ ഞാൻ എഴുതുമായിരുന്നോ? തീർത്തും പറയാനാവില്ല. ജയകേരളമായിരുന്നു എന്റെ എഴുത്തിന്റെ കളരി. ജയകേരളം ഇന്നില്ല....

പതിമൂന്ന്

എഴുത്തിന്റെ ബാലപാഠങ്ങൾ

ഇപ്പോൾ എഴുത്തിന് കളരി വേണ്ട. എഴുത്തുകാർ പുരസ്കാര പ്രഭയോടെയാണ് പിറക്കുന്നത്. മുപ്പത്തിരണ്ട് പല്ല് തികയാൻ കാലതാമസമുണ്ട്. എന്നാൽ മുപ്പത്തിരണ്ട് പുരസ്കാരങ്ങൾ നേടാൻ കാലമോ, പ്രായമോ തടസ്സമല്ല.

അന്ന് ഏകാന്തതയിൽ നിന്നും ദൂരത്തിൽനിന്നുമുള്ള മോചനമായിരുന്നു, എഴുത്ത്. ഭാഷ സംസാരിക്കാൻ കഴിയാത്ത പരിതഃസ്ഥിതിയിൽ എഴുത്തിലൂടെ ആനന്ദം കണ്ടെത്തി. അന്ന് എഴുതിയതൊക്കെ നന്നായിരുന്നു എന്ന ബോധമില്ല. നീ എഴുത്തു നിർത്തേണ്ട സമയമായിരിക്കുന്നു എന്നു സ്വയം ഭീഷണിപ്പെടുത്താറുണ്ട്. എന്നാൽ പൂർണ്ണമായും പിന്തിരിയാനുള്ള ധൈര്യമോ, തന്റേടമോ എനിക്കില്ല. വാക്കുകളിൽ ചിലതിനെങ്കിലും അർത്ഥമുണ്ടെങ്കിൽ, ചിലതെങ്കിലും കരിയിലകൾ പോലെ കാലത്തിന്റെ പടുകുഴിയിൽ അടിഞ്ഞുകൂടാതിരുന്നാൽ മതി. ജയകേരളത്തിൽ കഥകളച്ചടിച്ചുവന്നിരുന്ന കാലത്ത് സ്ഥലപ്പേരും ബിരുദവുമൊക്കെ ചേർക്കുന്ന അല്പത്തരം എനിക്കുണ്ടായിരുന്നു. ഇന്ന് അതെടുത്ത് നോക്കുമ്പോൾ പുളിച്ചുതേട്ടുന്നു. ഒരു ഗ്രാമത്തെ എന്റെ പേരിനോടു ചേർക്കാൻ ഞാനെന്താ നാടുവാഴിയോ? പിൽക്കാലത്ത് ഉണ്ടായ ബോധോദയമാണ് എന്നെ തലയും വാലുമില്ലാത്തവനാക്കി മാറ്റിയത്.

ജാംനഗറിലെ പ്ലാന്റിൽ എനിക്ക് പരിശീലനം നൽകാൻ ബോംബെയിലെ സ്വസ്തിക് ഓയിൽ മില്ലിൽനിന്നും ഒരു ഷാ വന്നു. ഡിപ്പാർട്ട്മെന്റ് ഓഫ് കെമിക്കൽ ടെക്നോളജിയിൽ നിന്ന് ബി.ടെക്. ബിരുദമുള്ളവൻ. പരിചയ സമ്പന്നൻ. അയാൾ പത്തു ദിവസംകൊണ്ട് പ്ലാന്റിന്റെ പ്രവർത്തനവുമായി എന്നെ അടുപ്പിച്ചു. ഫാറ്റി ആസിഡും നൈട്രജനും എത്രയുണ്ടെന്ന് നിർണ്ണയിക്കാനുള്ള പരീക്ഷണങ്ങൾ ചെയ്യിപ്പിച്ചു.

'ഇനി ചെക്കൻ നോക്കിക്കോളും' എന്ന് സച്ച്ദേവിനെ പറഞ്ഞു മനസ്സിലാക്കി അയാൾ സ്ഥലം വിട്ടു. സച്ദേവും രസതന്ത്രവിദ്യാർത്ഥി

യായിരുന്നതുകൊണ്ട് ഇനിയുള്ള അഭ്യാസങ്ങൾ ഞങ്ങൾ ചെയ്തോളാം എന്ന് അവരെ ധരിപ്പിച്ചു.

സച്ദേവിനെ സംബന്ധിച്ചിടത്തോളം ഹോട്ടൽ ബില്ലിലും കാർ വാടകയിലും ഉണ്ടാകുന്ന ലാഭമായിരുന്നു, പ്രധാനം.

പ്ലാന്റിന്റെ പ്രവർത്തനം തുടങ്ങി ഏതാണ്ട് ഒരു മാസമായപ്പോഴേക്കും സച്ദേവ് അസ്വസ്ഥനായി. രണ്ടു ശതമാനം സോൾവന്റ് ലോസ് എന്നാണ് നിർമ്മാതാക്കൾ ഉറപ്പു കൊടുത്തിരുന്നത്. എന്നാൽ ഫലത്തിൽ അത് പത്തു ശതമാനത്തിൽ കൂടുതലായപ്പോൾ അയാളുടെ വയറ്റിൽ തീയാളി. അയാൾ സോൾവന്റ് ടാങ്കിൽ ചെന്ന് ഇടയ്ക്കിടെ അളവുകളെടുത്തു. വീണ്ടും സോൾവന്റ് വരുത്താൻ സന്ദേശമയച്ചു. പ്ലാന്റിന്റെ പ്രവർത്തനം വാഗ്ദാനം ചെയ്തതുപോലെയൊന്നുമല്ലാ എന്നു ബോദ്ധ്യപ്പെട്ടപ്പോൾ അയാൾ തലയ്ക്കു കൈവച്ചുകൊണ്ട് പറഞ്ഞു, വോ ലോഗ് മേരാ ഗാണ്ഡ് മാരാ.

എനിക്കതിന്റെ അർത്ഥം മനസ്സിലായില്ല.

സച്ദേവ് ബോംബെക്ക് ടെലഫോൺ സന്ദേശങ്ങളും ടെലഗ്രാമുകളും തുടരെത്തുടരെ അയച്ചു. അയാൾ ഒരു ഞരമ്പുരോഗിയെപ്പോലെ പിറുപിറുത്തുകൊണ്ട് പ്ലാന്റിൽ എല്ലായിടത്തും ഓടിനടന്നു. ജീവിതത്തിൽ അന്നുവരെ ആരാന്റെ നുകം ചുമന്ന് ഉണ്ടാക്കിയതും കടമെടുത്തതുമടക്കം നാലഞ്ചുലക്ഷം രൂപ സച്ദേവ് പ്ലാന്റിനുവേണ്ടി മുടക്കിയിരുന്നു.

ലാഭമില്ലെന്നതു പോകട്ടെ, നഷ്ടം സഹിച്ചുകൊണ്ട് അയാൾക്ക് ആ പ്ലാന്റ് എത്രനാൾ പ്രവർത്തിപ്പിക്കാനാവും?

സച്ദേവ് പ്ലാന്റ് പൂട്ടിയിട്ടു.

ഇനി ബോംബെക്കാർ വന്ന് എന്താണെന്നു വച്ചാൽ ചെയ്യട്ടെ.

എനിക്കപ്പോൾ ഒന്നും ചെയ്യാനില്ലാതായി.

ഒരു നോവൽ എഴുതിയാലോ എന്ന മോഹം എന്നെ പിടികൂടി. നോവലിനെക്കുറിച്ചുള്ള എന്റെ ജ്ഞാനം അതുവരെ വായിച്ചുതീർത്തിട്ടുള്ള കൃതികളിൽ നിന്നു ലഭിച്ചതു മാത്രം. ഇന്ദുലേഖ, ശാരദ, സി.വി.യുടെ കൃതികൾ, തകഴി, ദേവ്, ഉറൂബ്, എം.ടി. തുടങ്ങിയവരുടെ നോവലുകൾ - നോവലിന്റെ ഘടനയെക്കുറിച്ചോ, രചനാവിശേഷത്തെക്കുറിച്ചോ, ആവിഷ്ക്കാര തന്ത്രങ്ങളെക്കുറിച്ചോ വ്യക്തമായ ബോധമില്ലാതെ നോവലെഴുതിയത് ഒരു കടുംകൈയാണെന്ന് ഇപ്പോൾ പശ്ചാത്താപമുണ്ട്. എന്തായാലും ഒരനാഥ പെൺകുട്ടിയുടെ ജീവിതവും അവൾക്കു നേരിടേണ്ടിവരുന്ന വിപര്യയങ്ങളും പ്രമേയമാക്കി നോവലെഴുതുകതന്നെ ചെയ്തു. ജയകേരളം സീരിയലൈസ് ചെയ്തു. 'കണ്ണികൾ' എന്ന പേരിൽ പൂർണ്ണപുസ്തകമാക്കി.

എന്റെ ആദ്യനോവൽ ഇന്ന് അഭിമാനത്തോടെ ഓർക്കാനാവില്ല. അത് വേണ്ടായിരുന്നു, അത് വേണ്ടായിരുന്നു എന്ന് മനസ്സ് ഇടയ്ക്കിടെ ഓർമ്മിപ്പിക്കുന്നു. ആ യത്നത്തിൽ നിന്ന് ഞാൻ ചില പാഠങ്ങൾ പഠിച്ചു.

ഒരു തയ്യാറെടുപ്പുമില്ലാതെ ഉൾക്കാഴ്ചയില്ലാതെ ഒന്നും എഴുതരുത്.

എഴുതുന്നതെന്തും അവനവനെയെങ്കിലും തൃപ്തിപ്പെടുത്തുന്നതായിരിക്കണം. പ്രാഥമികമായ ആ ഗുണമില്ലെങ്കിൽ വലിച്ചുകീറി അടുപ്പിലിടുകയോ കാറ്റിൽ പറത്തുകയോ ചെയ്യണം.

മറ്റൊരാൾക്ക് പറയാനുള്ളതിൽ നിന്നും വ്യത്യസ്തമായ എന്തെങ്കിലും പറയാനുണ്ടെങ്കിലേ എഴുതേണ്ടൂ.

എഴുതിയത് വീണ്ടും വീണ്ടും എഴുതാനും തിരുത്താനും ക്ഷമയുണ്ടാവണം.

അങ്ങനെ ജാംനഗറിൽ താമസിച്ച ഏഴുമാസം എന്നെ സംബന്ധിച്ചിടത്തോളം ക്രിയാത്മകമായി. പാവം സച്ദേവ് തകർന്നുതരിപ്പണമായി. ബോംബെയിൽ നിന്ന് വിദഗ്ദ്ധരും അനുയായികളും വന്നു. യൂസഫ് എന്ന ഫോർമാൻ, മസ്തിഖാൻ എന്ന ഫാബ്രിക്കേറ്റർ. ആഫ്ഖാൻ.

പൗരുഷത്വത്തിന്റെ മാതൃകയായിരുന്നു, മസ്തിഖാൻ. ആറടിയിലധികം പൊക്കം. കറുത്ത താടി. തലയിൽ കെട്ട്. പഠാൻ വേഷം. സദാ പുഞ്ചിരിക്കുന്ന മുഖം.

മസ്തിഖാൻ ഏതുയരത്തിലും കയറും. ആഢംബരമുണ്ടെങ്കിലും ഇല്ലെങ്കിലും ഏതു വിഷമംപിടിച്ച പണിയും സ്വയം ഏറ്റെടുക്കും. സ്ത്രീകളുടെ മുഖത്തു നോക്കില്ല. ഓസയുടെ ഇടത്തും വലത്തുമുള്ള കൈകളായിരുന്നു, യൂസഫും മസ്തിഖാനും. ചില പൈപ്പുകൾ മുറിക്കുകയും ചിലത് കൂട്ടിച്ചേർക്കുകയും ചെയ്തു. പ്ലാന്റ് ഡിസൈൻ ചെയ്ത റാവൽ എന്ന കെമിക്കൽ എഞ്ചിനീയറും ഓസയും തലപുകഞ്ഞ്, ആലോചനകളിലും ചർച്ചകളിലും കൂടി പ്ലാന്റിന്റെ പ്രവർത്തനം കൂടുതൽ കാര്യക്ഷമമാക്കാനുള്ള ചില പോംവഴികൾ നിർദ്ദേശിച്ചു.

സച്ദേവിന് അതൊന്നും സ്വീകാര്യമായില്ല.

നിങ്ങൾ എന്തുവേണമെങ്കിലും ചെയ്തോളു. പ്ലാന്റിന്റെ പ്രവർത്തനം തൃപ്തികരമാണെന്ന് എനിക്കു ബോദ്ധ്യപ്പെട്ടാലല്ലാതെ ഞാൻ ഇനി ഒരു പൈസയും മുടക്കില്ല.

ചൂടേറിയ വാക്കുതർക്കങ്ങളും വാദപ്രതിവാദങ്ങളും നടന്നുകൊണ്ടിരുന്നു. മാധ്യമം ഗുജറാത്തിയായതുകൊണ്ട് ഞാൻ അർത്ഥമറിയാതെ ആട്ടം കണ്ടു.

റാവൽ 'ജിയോഫ്രേമാനേഴ്സ്' എന്ന പ്രശസ്തനായ കമ്പനിയുടെ വർക്സ് മാനേജരായിരുന്നു. അമേരിക്കയിൽനിന്ന് കെമിക്കൽ എഞ്ചിനീ

യറിംഗിൽ എം.എസ്. ഡിഗ്രി. അക്കാലത്ത് അതൊക്കെ വളരെ ചുരുക്കം ഇന്ത്യക്കാർക്കു മാത്രം ലഭിച്ചിരുന്ന ബിരുദമായിരുന്നു.

റാവലിന്റെ പദവിയും ബിരുദവും മൂലം അദ്ദേഹം എല്ലാവരുടെയും ബഹുമാനപാത്രമായി. എന്നാൽ ആ മനുഷ്യൻ അതീവശാന്തനും, അഹങ്കാരമോ നാട്യങ്ങളോ ഇല്ലാത്തവനുമാണെന്നുള്ളത് എന്നെ അദ്ഭുതപ്പെടുത്തി. ഒരു മലയാളിക്ക് സാധ്യമല്ലാത്തത്ര വിനയാന്വിതനായിരുന്നു അദ്ദേഹം. ആദരവോടെയല്ലാതെ എനിക്കദ്ദേഹത്തെക്കുറിച്ച് ഓർക്കാനാവില്ല. റാവൽ അന്ന് എനിക്കൊരു ഉപദേശം നൽകുകയുണ്ടായി. വിവാഹം കഴിക്കുകയാണെങ്കിൽ ഒരു മഹാരാഷ്ട്രിയൻ പെൺകുട്ടിയെ തെരഞ്ഞെടുക്കുക. ദുരാഗ്രഹങ്ങളില്ലാതെ ഉള്ളതുകൊണ്ടു ജീവിക്കാൻ അവരെപ്പോലെ മറ്റാർക്കും ആവില്ല. ആ ഉപദേശം ഞാൻ സ്വീകരിക്കുകയുണ്ടായില്ല.

പതിനാല്

സൂര്യകിരണങ്ങൾ

ജാംനഗർ പ്ലാന്റിന്റെ പ്രവർത്തനത്തിൽ അപരിഹാര്യമായ അപാകത കളുണ്ടായിരുന്നു. ഇരുട്ടുകൊണ്ട് ഓട്ടയടയ്ക്കാൻ ശ്രമിക്കുകയായിരുന്നു, നിർമ്മാതാക്കൾ. പ്ലാന്റിൽ ഉപയോഗിക്കുന്ന രസതന്ത്രം ബാലപാഠം മാത്ര മാണ്. സങ്കീർണ്ണവും ചടുലവുമായ രാസപ്രക്രിയകളൊന്നുമില്ല. ലളിത മായി പറഞ്ഞാൽ ഉപ്പോ പഞ്ചസാരയോ വെള്ളത്തിൽ കലക്കി വെള്ളം വറ്റിച്ച് വീണ്ടെടുക്കുന്നതുപോലെയുള്ള ഒരു പരിപാടി. വെള്ളം ആവി യായി നഷ്ടപ്പെടാൻ അനുവദിക്കാതെ വീണ്ടെടുക്കുന്നു എന്നുള്ളതും വെള്ളത്തിന്റെ സ്ഥാനത്ത് സോൾവന്റുപയോഗിക്കുന്നു എന്നുള്ളതും വ്യത്യാസങ്ങളാണ്. സിദ്ധാന്തപ്രകാരം എല്ലാം വേണ്ടപോലെ ചെയ്തി ട്ടുണ്ട്. ഗ്യാലൻ കണക്കിൽ സോൾവന്റ് നഷ്ടപ്പെടുമ്പോൾ അതിന്റെകൂടെ സച്ദേവും ആവിയായിപ്പോകുമെന്ന് ഞാൻ ഭയപ്പെട്ടു.

അയാളുടെ ആകുലമായ മുഖവും പരിദേവനങ്ങളും എന്നെ വ്യതിഥ നാക്കി. ചിലപ്പോൾ പ്രതീക്ഷിക്കാത്ത നേരങ്ങളിൽ ഹോട്ടലിൽ കയറി വന്ന് പറയും.

എല്ലാം തുലഞ്ഞു. ഞാൻ ദീവാളി കുളിച്ചു.

സാമാന്യം ഭേദപ്പെട്ട ജോലിയും സംതൃപ്തമായ കുടുംബജീവിത വുമായി കഴിഞ്ഞിരുന്ന അയാളുടെ ബനിയാ ബുദ്ധിയാണ് അയാളെ ഈ ഏടാകൂടത്തിൽ ചാടിച്ചത്.

പ്ലാന്റിലെ അറ്റകുറ്റപ്പണികൾ നടത്തുന്ന യൂസഫ്ചാച്ചയോട് ഞാൻ സച്ദേവിന്റെ കരച്ചിലിനെപ്പറ്റി പറയുമ്പോൾ യൂസഫ്ചാച്ച ഹൃദ്യമായി ചിരിക്കും.

നീ പയ്യനാണ്. ലോകമറിയില്ല. ആരെയും വിശ്വസിക്കും. അതു കൊണ്ടാണ് ഇതൊക്കെ പറയുന്നത്. എന്നോട് വന്ന് സംസാരിക്കാൻ പറ കൂട്ടീ, ഈ കരച്ചിലൊക്കെ ബനിയയുടെ തന്ത്രമാണ്. ഇനിയും ഓസാ സേട്ടിന് കൊടുക്കാനുള്ള പണത്തിൽ കിഴിവ് വരുത്താനോ കൊടുക്കാ തിരിക്കാനോ ഉള്ള സൂത്രം. ബനിയ സ്വന്തം അച്ഛനോടുപോലും

നഷ്ടക്കച്ചവടം ചെയ്യില്ല. രക്തത്തിലലിഞ്ഞിട്ടുള്ള ഗുണങ്ങൾ സച്ദേവും കാണിക്കുന്നു. നീ അതൊക്കെ കേട്ടതുപോലെ മറന്നേക്ക്.

സച്ദേവിന്റെ വിപര്യയങ്ങളിലേക്കാണ്, മഗൻലാൽ ലഖാനിയുടെ കടന്നു വരവ്.

വൃത്തമൊത്ത മനുഷ്യൻ. യൂറോപ്യൻവർണം. അടിപൊളി വേഷം. ബഡായിവീരൻ. ലഖാനി എന്നെക്കണ്ടതും തോളിൽ കൈവച്ച് സ്നേഹം തുളുമ്പുന്ന സ്വരത്തിൽ ചോദിച്ചു.

ഖേംഛോ ഭായ്, മജാമാ ഛേ?

ഇത്രയും ദിവസങ്ങൾക്കിടയിൽ ഞാൻ പെറുക്കിയെടുത്ത വാക്കുകളിലൊന്ന് പുറത്തേക്കിട്ടു.

ബദ്ദൂ സാരൂഛേ.

ലഖാനിക്ക് സന്തോഷമായി. അപ്പോൾ മുതൽ ലഖാനി എന്നോട് ഗുജറാത്തിയിലായി സംസാരം. ഞാൻ മിഴിച്ചുനിൽക്കുന്നതു കണ്ടിട്ടും അദ്ദേഹം പേച്ചിന്റെ മൊഴി മാറ്റിയില്ല.

ലഖാനി ലാത്തൂർപ്ലാന്റിന്റെ ജനറൽ മാനേജരാണെന്ന് സ്വയം പരിചയപ്പെടുത്തി. ഒരു വലിയ ചൂണ്ടയുമായിട്ടാണ് അയാൾ വന്നിരിക്കുന്നതെന്ന് അപ്പോൾ അറിഞ്ഞില്ല.

ലാത്തൂരിന്റെ പ്രകൃതിവർണനന, അവിടുത്തെ സ്വച്ഛമായ ജീവിതത്തിന്റെ നൈർമല്യം, നിഷ്കളങ്കരായ ജനങ്ങൾ തുടങ്ങി മറാത്ത്വാഡയുടെ അപൂർണചിത്രംവരെ അദ്ദേഹം വരച്ചിട്ടു. പിന്നെ ബാർസിയിലെ ഒരു തുണിമില്ലിൽ തുടങ്ങി പടിപടിയായി ഉയർന്ന് ഇവിടംവരെ എത്തിയതിന്റെ ചരിത്രം.

ഇടയ്ക്കുകയറി ഞാനൊന്നു ചോദിച്ചു.

നിങ്ങൾ കെമിക്കൽ എഞ്ചിനീയറാണോ?

കെമിക്കൽ, മെക്കാനിക്കൽ, സിവിൽ ഓൾ-ഇൻ-വൺ. വാസ്തവത്തിൽ എഞ്ചിനീയറിംഗ് ഒന്നേയുള്ളൂ, എഞ്ചിനീയറിംഗ്. തരംതിരിക്കലൊക്കെ കണ്ണിൽപൊടിയിടലാണ്.

ലഖാനിയുടെ സംഭാഷണം മാലപ്പടക്കം പോലെ കത്തിപ്പടരുമ്പോൾ സച്ദേവ് കയറിവന്നു.

പിന്നെ കേൾക്കുന്നത് ഛേ-ഛേ എന്ന കുറെ ശബ്ദങ്ങൾ മാത്രം. സച്ദേവിന്റെ ദുഃഖവും രോഷവും നിരാശയുമൊക്കെ അണപൊട്ടിയൊഴുകുന്നത് മനസ്സിലാക്കാൻ പ്രയാസമുണ്ടായില്ല.

ലഖാനി പ്രസന്നനും സുസ്മേരവദനനുമായിരുന്നു. അയാൾ സച്ദേവിനെ സമാധാനിപ്പിച്ചു.

ഓസയും കൂട്ടരും പടി കടക്കട്ടെ. പിന്നെ ഞാൻ വരാം. തന്റെ പ്ലാന്റിനെ ഞാൻ ശരിയാക്കിയെടുക്കാം.

ആ വാഗ്ദാനം സച്ദേവിന് ആശ്വാസമരുളിയതായി തോന്നിയില്ല.

അന്ന് ലഖാനി ഞാൻ താമസിച്ചിരുന്ന ഹോട്ടലിൽതന്നെയാണ് താമസിച്ചത്.

ഒരു വ്യാപാരകേന്ദ്രം എന്ന നിലയ്ക്ക് ലാത്തൂർ പ്രസിദ്ധമാണെങ്കിലും (അന്ന് ഭൂകമ്പംകൊണ്ട് പ്രസിദ്ധി നേടിയിരുന്നില്ല) പരിഷ്കൃത നഗരം എന്ന് അതിനെ വിശേഷിപ്പിക്കാനാവില്ലെന്ന് ലഖാനിതന്നെ സമ്മതിച്ചു.

അതുകൊണ്ട് എന്തുപറയുന്നു, ബോംബെയിൽ നിന്ന് പ്ലാന്റിലെ ജോലിക്ക് ഇന്റർവ്യൂവിനു വരുന്ന ചെക്കന്മാർക്കൊന്നും സ്ഥലം പിടിക്കുന്നില്ല. ഞങ്ങൾ നല്ല ശമ്പളമൊക്കെ വാഗ്ദാനം ചെയ്തിട്ടും കൊരങ്ങന്മാർ വരുന്നില്ല.

ഒരർദ്ധവിരാമത്തിനുശേഷം ലഖാനി എന്നെ പ്രലോഭിപ്പിക്കുന്ന ഒരു നോട്ടം നോക്കി.

ഞാൻ ചാഞ്ചല്യമൊന്നും പ്രകടിപ്പിച്ചില്ല.

നിങ്ങളെപ്പോലെയുള്ളവർക്ക് അത്തരം പ്രശ്നങ്ങളൊന്നും ഉണ്ടാവില്ല, അല്ലേ?

ഞാൻ പ്രതികരിച്ചില്ല.

നാടുവിട്ടവന് എവിടെയായാലെന്താ? ജാംനഗറും ലാത്തൂരും ബോംബെയും ഒക്കെ ഒന്നുതന്നെ.

ശരിയാണ്, ചിലരുടെ കാര്യത്തിൽ. എല്ലാവരുടെയും കാര്യത്തിൽ ശരിയാവണമെന്നുമില്ല.

ലഖാനിയുടെ നാവ് ഒരു നിമിഷം ചലനമറ്റു കിടന്നു. ഉടനെ സംഭാഷണം ആ ഹോട്ടലിന്റെ ഭക്ഷണത്തിന്റെ കീർത്തിയിലേക്കും തെന്നി മാറി.

ഞാൻ ഇവിടെയൊക്കെ പണ്ട് കറങ്ങിയിട്ടുണ്ട്, ലഖാനി പറഞ്ഞു. ജാംനഗറിലേക്ക് വീരംഗാം വഴിയാണല്ലോ യാത്ര. 'വയാവിജി' എന്നൊരു ദുഷ്പ്പേര് ജാംനഗറിലുള്ളവർക്കുണ്ട്. ഇവിടെയുള്ളവരൊക്കെ ഭയങ്കരന്മാർ എന്ന അർത്ഥത്തിലാണ് 'വയാവിജി' പ്രയോഗം. പിന്നെ ജാംനഗറിന്റെ പ്രസിദ്ധി അടയ്ക്കാകത്തികൾക്കാണ്. ഇവിടെയുണ്ടാക്കുന്ന അടയ്ക്കാകത്തികൾ ഇന്ത്യയിലെല്ലായിടത്തും എത്തുന്നുണ്ട്. താമ്പാളത്തിൽ അത് പ്രദർശിപ്പിക്കുന്നത് ഒരന്തസ്സാണ്. കത്തിയവാഡി പെണ്ണുങ്ങളുടെ 'ഗർബാ' ഡാൻസും ഏറെ പ്രസിദ്ധമാണ്. നവരാത്രിക്കാലത്ത് നിങ്ങൾ ഇവിടെയില്ലാഞ്ഞത് കഷ്ടമായി. അടുത്ത നവരാത്രിക്കാലം വരെ തീർച്ചയായും നിങ്ങൾ ഇവിടെ താമസിക്കില്ല.

എന്താ, സച്ദേവ് അപ്പോഴേക്കും ഷാപ്പ് അടച്ചുപൂട്ടുമോ?

ലഖാനി ഉറക്കെ ചിരിച്ചു.

ബലേഭേഷ്! അതും ഒരു വലിയ ചോദ്യമാണ്. നാരേ, ഭായ്, നാ. അങ്ങനെയൊന്നും സംഭവിക്കില്ല.

പിറ്റേന്നു കാലത്തെ ഫ്ളൈറ്റിന് ഓസയും ഹിമ്മത് ഭായ് എന്ന മറ്റൊരു പാർട്ണറും ജാംനഗറിലെത്തി. ഹിമ്മത് ഭായ് ആറടി പൊക്കമുള്ള മനുഷ്യനായിരുന്നു. വെളുത്ത ധോത്തിയും ജൂബ്ബയും കറുത്ത തൊപ്പിയുമാണ് വേഷം. കറുത്ത തൊപ്പിക്കു താഴെയുള്ള മുഖം നിറയെ ക്രൗര്യമാണെന്ന് തോന്നും. ഹിന്ദിസിനിമയിലെ ഒരു വില്ലനെപ്പോലെയായിരുന്നു അയാൾ. സംസാരത്തേക്കാൾ കൂടുതൽ മൂളലുകൾ കൊണ്ട് സംവദിക്കുന്ന അയാൾ ഒരുഗ്രൻ കഥാപാത്രമാണെന്ന് തോന്നി.

അന്ന് സേട്ടുമാർ കൂടിയാലോചനകൾ നടത്തുമ്പോൾ യൂസഫ്ചാച്ച എന്നോട് ചോദിച്ചു.

ആ 'കാലാടോപ്പി' (കറുത്ത തൊപ്പി) വന്നിരിക്കുന്നതെന്തിനാണെന്നറിയാമോ?

ഞാൻ കൈമലർത്തി.

സച്ദേവിനെ പിഴിയാൻ. ഹറാംപിറന്നവന്റെ കയ്യിൽനിന്ന് കാശ് കണക്കുപറഞ്ഞുവാങ്ങാൻ ഓസയെപ്പോലെ മൃദുലമനസ്കനായ ഒരാൾക്ക് കഴിയില്ല. അവിടെയാണ് ഹിമ്മത് ഭായ് വെളിച്ചപ്പെടുക. കാലാടോപ്പിയുടെ പ്രധാന പണി കണക്കുതീർക്കലും കാശുവാങ്ങലുമാണ്.

ഞാൻ എന്റെ സ്ഥാപനത്തിലെ മൂന്നു പ്രധാനികളെക്കുറിച്ചോർത്തു. റാവൽ, രൂപകല്പനയിൽ മാത്രം ബദ്ധശ്രദ്ധൻ. ഓസ, രൂപകല്പനയ്ക്കനുസരിച്ച് ഉപകരണങ്ങൾ നിർമ്മിക്കുന്നയാൾ. ഹിമ്മത് ഭായ്, സാമ്പത്തികപ്രശ്നങ്ങൾ മാത്രം കൈകാര്യം ചെയ്യുന്നവൻ. ഒരു ത്രിമൂർത്തി സ്ഥാപനം.

പകലന്തിയാവോളമുള്ള കൂടിയാലോചനകൾക്കും വാദപ്രതിവാദങ്ങൾക്കു ശേഷം പരീക്ഷീണനായ ഓസ എന്റെ ദൈവമായി. ഞാനാവശ്യപ്പെടാതെ, എന്റെ അനുവാദംപോലും ചോദിക്കാതെ അദ്ദേഹം അഞ്ഞൂറുറുപ്പിക അച്ഛന് അയച്ചുകൊടുത്തിരിക്കുന്നു! അന്നത്തെ അഞ്ഞൂറുറുപ്പിക ഇന്നത്തെ അയ്യായിരത്തിന് തുല്യമാണെന്നോർക്കുക. മനുഷ്യൻ, ഹാ എത്ര സുന്ദരമായ പദം എന്ന് മാക്സിം ഗോർക്കി പറഞ്ഞത് ഇന്ദ്രവദൻ ഓസയെക്കുറിച്ചുതന്നെയാവണം എന്ന് മനസ്സ് മന്ത്രിച്ചു. ഞാൻ അവരുടെ കമ്പനിയിൽ നിന്നു പിരിഞ്ഞതിനുശേഷം ഓസ എനിക്ക് എഴുതിയ കത്ത് ഞാൻ ഇന്നും സൂക്ഷിക്കുന്നു.

നിങ്ങളുടെ ജീവിതത്തിൽ പരമോന്നത സ്ഥാനം അർഹിക്കുന്നത് അച്ഛനമ്മമാരാണ്. അടുത്തത് സഹോദരീസഹോദരന്മാർ. മൂന്നാംസ്ഥാനം സുഹൃത്തുക്കൾക്കോ ബന്ധുക്കൾക്കോ നൽകാം. വാങ്ങുന്നതിനേക്കാൾ

എത്രയോ മടങ്ങ് ആനന്ദം കൊടുക്കുന്നതിലുണ്ട്. കൊടുക്കുന്നത് പണമാവണമെന്നില്ല. സ്നേഹം, കാരുണ്യം, ദയ, നല്ല വാക്കുകൾ ഇവയൊക്കെ ലോഭമില്ലാതെ കൊടുത്തുകൊണ്ടിരിക്കുക. നിങ്ങൾക്ക് നല്ലതു വരും.

അപക്വമായ എന്റെ മനസ്സിലേക്കുതിർന്നു വീണ സൂര്യകിരണങ്ങളായിരുന്നു, ആ വാക്കുകൾ. ഓർക്കുമ്പോൾ എന്നെ ഇപ്പോഴും അദ്ഭുതപ്പെടുത്തുന്ന ഒരു മനുഷ്യൻ!

പതിനഞ്ച്

കറുത്ത മണ്ണ്

ലഖാനിയുടെ ചൂണ്ടയിൽ ഞാൻ കൊത്തി. ചൂണ്ടയിട്ടത് ലഖാനിയാണെങ്കിലും വലിച്ചത് ഓസയാണ്. ഓസ എനിക്കുവേണ്ടി ചെയ്യുന്നതെന്തും നന്മയ്ക്കുള്ളതാവുമെന്ന വിശ്വാസം ഇതിനകം എന്നിൽ വേരുപിടിച്ചിരുന്നു.

നിങ്ങൾ ലാത്തൂർ പ്ലാന്റിന്റെ എല്ലാ ചുമതലകളും ഏൽക്കുക. അവിടെ ഇതുവരെ ആരെയും കിട്ടിയിട്ടില്ല. നിങ്ങളെ ഞാൻ ഉപേക്ഷിക്കുകയാണെന്ന് കരുതരുത്. ഞങ്ങളുടെ അടുത്ത പ്ലാന്റ് ധൂലിയയിലാണ്. അതിന്റെ പണി ആരംഭിക്കുന്നതേയുള്ളു. സമയമെടുക്കും. അതൊക്കെ ഓർത്തുകൊണ്ടാണ് തത്കാലം നിങ്ങൾ കീർത്തി ഓയിൽ മിൽസിൽ ചേരുന്നതു നല്ലതാണെന്ന് എനിക്കു തോന്നിയത്. എന്തു പറയുന്നു?

ഞാൻ ഒന്നും പറഞ്ഞില്ല.

എന്നെന്നേക്കുമായി ബോംബെ വിട്ട് ലാത്തൂരിൽ പോയി താമസിക്കുന്ന കാര്യം മനസ്സു നിരസിക്കുന്നു. ബോംബെയിൽ നിന്ന് പോയവരൊക്കെ സ്ഥലം പിടിക്കാതെ തിരിച്ചുപോരണമെങ്കിൽ അത് ശരിക്കും ഒരു കാട്ടുമുക്ക് തന്നെയായിരിക്കണം.

അപ്പോൾ ഉള്ളിൽനിന്ന് മറുശബ്ദം.

നീ എന്നേ പട്ടണവാസിയായത്? വീട്ടിലെ ഇരുണ്ട വടക്കേ മുറിയിൽ നിന്നെ പ്രസവിക്കുമ്പോൾ ഒരു നാടൻ വയറ്റാട്ടിയാണുണ്ടായിരുന്നത്. ഇന്നും നിന്റെ കുഗ്രാമത്തിൽ വൈദ്യുതി എത്തിയിട്ടില്ല. എന്നും വൈകുന്നേരം 'അരിക്കലാമ്പിന്റെ' കരിപുരണ്ട ചിമ്മിനികൾ തുടച്ചുവെളുപ്പിക്കാറുള്ളത് ഇത്ര ക്ഷണം മറന്നുപോയോ? ഒരു പോസ്റ്റോഫീസോ, പ്രാഥമിക ശുശ്രൂഷാകേന്ദ്രമോ നിന്റെ നാട്ടിലുണ്ടോ? അവിടെ പൊട്ടിമുളച്ച നിനക്ക് ലാത്തൂർ തീർച്ചയായും പരിഷ്കൃതമായ സ്ഥലമായിരിക്കും.

ഞാൻ വിചാരങ്ങളിൽ ആമഗ്നനായിരുന്നപ്പോൾ ഓസ പറഞ്ഞു.

നിങ്ങൾക്കവിടെ താമസവും ഭക്ഷണവുമൊക്കെ കമ്പനിവകയാണ്.

തികച്ചും സൗജന്യം. ഇന്നത്തേ നിലയ്ക്ക് നല്ല ശമ്പളവും ഞാനാവശ്യപ്പെട്ടിട്ടുണ്ട്. എഴുനൂറ് ഉറുപ്പിക. 62 ജനുവരി മുതൽ ആയിരം ഉറുപ്പിക തന്നെ ലഭിക്കും. നിങ്ങളുടെ ചുമതലകൾ മനസ്സിലാക്കിക്കൊണ്ടാണ്, ഞാനത്രയും ആവശ്യപ്പെട്ടത്. മാത്രമല്ലാ, നിങ്ങളെ സഹായിക്കാൻ ഒന്നോ രണ്ടോപേരെക്കൂടി നിയമിക്കാനും പറഞ്ഞിട്ടുണ്ട്. ഇതൊരു നല്ല സന്ദർഭമായിരിക്കണം.

എന്റെ മനസ്സ് തിരയിളകിയ കടലായി. ഒരു പ്ലാന്റിന്റെ ചുമതല വഹിക്കാനുള്ള തന്റേടമോ കാര്യശേഷിയോ എനിക്കില്ല. തീരുമാനങ്ങളെടുക്കുന്ന കാര്യത്തിൽ ഞാൻ വളരെ ചഞ്ചലനാണ്. എനിക്കുവേണ്ടി ലഖാനി പണിത കുരിശാണോ ഇതെന്ന് ഞാൻ വൃഥാ സംശയിച്ചു.

വാസ്തവത്തിൽ ഓസയുടെ ഔദാര്യത്തിന്റെ ഉരുൾപൊട്ടലായിരുന്നു എന്റെ സേവനവ്യവസ്ഥകൾ. പത്തുമക്കളിൽ മൂത്തവനായ എന്റെ ഗുരുതരാവസ്ഥ ഓസയെതന്നെ അലട്ടിയിരിക്കണം.

മരുമക്കത്തായം നിലവിലിരുന്നതുകൊണ്ടാണ് പ്രാഥമിക സ്ക്കൂളിലെ ഒരദ്ധ്യാപകന്റെ പത്തു മക്കൾ ദാരിദ്ര്യം അറിയാതെ ജീവിച്ചത്. അന്ന് മോഹങ്ങളുടെ ആകാശം വിശാലമായിരുന്നില്ല. ഇരിങ്ങാലക്കുട ഉത്സവം, കൊടകര ഷ്ഷ്ഠി, ആറാട്ടുപുഴ പൂരം എന്നിവയായിരുന്നു ഞങ്ങളുടെ മോഹങ്ങൾ. അതും നിറവേറ്റിത്തരുവാൻ അച്ഛൻ ചിലപ്പോൾ ബുദ്ധിമുട്ടാറുണ്ട്. അച്ഛന്റെ ക്ലേശം കുറയ്ക്കാൻ ലാത്തൂരല്ല, ആൻഡമാനിലോ ആസ്സാമിലോ പോകുന്നതിൽ എന്താണു കുഴപ്പം? ബോംബെയിൽ അഴിയാത്ത ബന്ധങ്ങളൊന്നുമില്ല. മാഹുളിലെ ഒരു മുറിയിൽ അല്ലെങ്കിൽ ചെമ്പൂർ ഗസ്റ്റ് ഹൗസിലെ ഒരു കട്ടിലിൽ സ്വയം ബന്ധിതനായി കിടന്നാൽ മതിയോ?

മനസ്സിൽ വേലിയേറ്റവും വേലിയിറക്കവും.

അത് മനസ്സിലാക്കിയിട്ടെന്നോണം ഓസ പറഞ്ഞു.

ധൃതി പിടിച്ച് തീരുമാനമെടുക്കേണ്ട. നല്ലവണ്ണം ആലോചിച്ചതിനു ശേഷം മറുപടി പറഞ്ഞാൽ മതി.

എന്റെ ആലോചനകൾക്ക് തീ പിടിച്ചു.

ജീവിതത്തിൽ ലാഭചേതങ്ങളില്ല. കച്ചവടമല്ല, ജീവിതം. അനുഭവങ്ങൾ നിങ്ങളെ എന്ത് പഠിപ്പിച്ചു എന്നുള്ളതാണ് പ്രധാനം. നിങ്ങൾ ജീവിച്ചതുകൊണ്ട് ആർക്കെങ്കിലും പ്രയോജനമുണ്ടായിട്ടുണ്ടോ? നിങ്ങൾ എത്ര പേരെ ഉപദ്രവിച്ചു? എത്ര പേരെ കണ്ണീരു കുടിപ്പിച്ചു? ഇങ്ങനെയുള്ള ചില ചോദ്യങ്ങൾക്കുള്ള ഉത്തരങ്ങളാണ് ജീവിതത്തിന്റെ ആകത്തുക. നിങ്ങൾ എവിടെ ജീവിക്കുന്നു എന്നുള്ളത് ഭൂമിശാസ്ത്രപരമായ ഒരടയാളം മാത്രം. അതിന് വലിയ പ്രസക്തിയൊന്നുമില്ല.

1960 നവംബറിലെ കുളിരുള്ള ഒരു രാത്രിയിൽ ഞങ്ങൾ ഒന്നാം ക്ലാസ് എ.സി. കംപാർട്ടുമെന്റിൽ യാത്രയാരംഭിച്ചു. വണ്ടി ഏതാണെന്ന്

ഓർമ്മയില്ല. ഒന്നാംക്ലാസ് എ.സിയിൽ ഞാനതിനു മുമ്പും പിമ്പും യാത്ര ചെയ്തിട്ടില്ല. രാത്രി നാലുമണിക്കോ മറ്റോ ഞങ്ങൾ കുർദുവാഡി സ്റ്റേഷനിൽ വണ്ടിയിറങ്ങി. യാത്രക്കാരെല്ലാം കമ്പിളികൊണ്ട് മൂടിപ്പുതച്ചിരുന്നു. ചിലർ കടലാസും ചപ്പിലയും കത്തിച്ച് തീ കായുന്നുണ്ടായിരുന്നു. എന്റെ കയ്യിൽ ഒരു സ്വെറ്റർപോലുമില്ല. ഓസ എന്നെ ദയാപൂർവം നോക്കിയതല്ലാതെ ഒന്നും പറഞ്ഞില്ല.

ഇവിടുന്നങ്ങോട്ട് മീറ്റർഗേജ് ട്രെയിനാണ്.

പുതിയ ദിശ, പുതിയ ജീവിതം ഞാനോർത്തു. ദൈവകല്പിതം എന്നാണോ പറയേണ്ടതെന്ന് എനിക്കു നിശ്ചയമില്ലായിരുന്നു. വരുംവരായ്മകളെപ്പറ്റി തലപുകഞ്ഞ് ആലോചിക്കാതെ ജീവിതം വച്ചു നീട്ടിയതിനെ സ്വീകരിക്കുകയായിരുന്നില്ലേ ഞാൻ. അസൗകര്യങ്ങളെ ഞാൻ ഭയപ്പെട്ടിരുന്നില്ല. എന്നാൽ അസ്വാതന്ത്ര്യങ്ങൾ സഹിക്കാൻ എനിക്കാവില്ല. എന്റെ ചിന്തയുടെയോ പ്രവൃത്തിയുടെയോ കടിഞ്ഞാണുകൾ മറ്റുള്ളവർ പിടിക്കുന്നതുമായി പൊരുത്തപ്പെടുന്നതായിരുന്നില്ല എന്റെ സ്വഭാവം. സാമ്പത്തിക ഗിരിശൃംഗങ്ങൾ കീഴടക്കാനായില്ലെങ്കിലും സ്വാതന്ത്ര്യത്തിന്റെ സമതലങ്ങളിലൂടെയുള്ള യാത്രയ്ക്ക് ഞാനാരോടൊക്കെയോ കടപ്പെട്ടിരിക്കുന്നു.

അടുത്തുവായിച്ച ശ്രീ. എം.എൻ. വിജയന്റെ വാക്കുകൾ (ദേശാഭിമാനി വാരിക, ഫെബ്രുവരി 10, 2002) എന്നെ വല്ലാതെ ആകർഷിച്ചു. ഉദ്ധരിക്കുന്നു:

"ഇതെന്റെ നിയോഗമാണ് എന്ന് വിശ്വസിക്കുന്നവന് ഉറക്കം നഷ്ടപ്പെടേണ്ടിവരുന്നില്ല. പാപബോധം അവനെ വേട്ടയാടുന്നില്ല. സാമൂഹികവും രാഷ്ട്രീയവുമായ സ്വാതന്ത്ര്യത്തിൽ നിന്ന് വ്യത്യസ്തമായ മറ്റൊന്ന് അപ്പോൾ കിട്ടും. വഴിപാടായിത്തീരുന്ന ജീവിതത്തിന്റെ സ്വാതന്ത്ര്യം. ഇത് വലിയ ഒരാകർഷണമാണ്. അത് തീരെ ലാഘവത്വമുള്ള ഒരു മനുഷ്യജനുസ്സിനെ സൃഷ്ടിക്കുന്നു."

ജീവിതം വഴിപാടാക്കിത്തീർക്കാൻവേണ്ടിയല്ല. കുർദുവാഡി സ്റ്റേഷനിൽ ഞാൻ തണുത്തുവിറച്ചിരുന്നതെന്ന് ഇപ്പോൾ തിരിഞ്ഞുനോക്കുമ്പോൾ മനസ്സിലാവുന്നു.

ധാരാളം പുകയും ശബ്ദവുമായി ലാത്തൂർക്കു പോകുന്ന മീറ്റർഗേജ് വണ്ടി വന്നു. മീറജിൽ നിന്നും പുറപ്പെട്ട് സാംഗ്ലി, കുർദുവാഡി, ബാർസി വഴിയാണ് ആ വണ്ടി പോകുന്നതെന്നു തോന്നുന്നു. ഇപ്പോൾ ആ പാതയൊക്കെ ബ്രോഡ്ഗേജാക്കിയിരിക്കാം. ലാത്തൂരിന്റെ മുഖച്ഛായ മാറിയിട്ടുണ്ടാവാം. ആ പ്രദേശത്തിന്റെ ഭൂമിശാസ്ത്രവും ജനജീവിതവും മാറ്റിമറിച്ച ഭൂകമ്പമുണ്ടായത് 1993 സെപ്തംബർ 30-നാണ്. ലാത്തൂരിൽ നിന്ന് 20 കിലോമീറ്റർ അകലെ കില്ലാരി ഗ്രാമത്തിൽ രണ്ടു മീറ്ററോളം ആഴത്തിൽ ഭൂമി പിളരുകയും പതിനായിരത്തോളം ആളുകൾക്ക് ജീവഹാനി സംഭവിക്കുകയുമുണ്ടായി. അന്ന് അവിടെയൊന്ന് പോകണമെന്ന്

കഠിനമായ മോഹമുണ്ടായിരുന്നു. എന്നാൽ കുടുംബവും പ്രാരബ്ധങ്ങളും അതിനനുവദിച്ചില്ല. എന്റെ ജീവിതത്തിൽ വളരെയേറെ സ്വാധീനം ചെലുത്തിയ ആ സ്ഥലം ഒരിക്കൽ സന്ദർശിക്കണമെന്നുള്ളത് ഇനിയും കെട്ടടങ്ങാത്ത ആഗ്രഹമാണ്.

വണ്ടി പ്ലാറ്റ്ഫോമിൽ നിന്നപ്പോഴേയ്ക്കും കെട്ടുകളും ഭാണ്ഡങ്ങളുമായി നിരവധി മനുഷ്യർ ഓട്ടം തുടങ്ങി. അവർ തേനീച്ചകളെപ്പോലെ കംപാർട്ട്മെന്റിനെ പൊതിഞ്ഞു. മറാത്ത്വാഡയുടെ ദരിദ്രവും ദീനവുമായ മുഖങ്ങളുടെ ഘോഷയാത്ര ഞാൻ പുലർവെളിച്ചത്തിൽ വ്യക്തമായി കണ്ടു.

വണ്ടി അതിന്റെ മന്ദഗതിയിലുള്ള യാത്ര ആരംഭിച്ചു കഴിഞ്ഞിരുന്നു. ഇടയ്ക്കു മുറിഞ്ഞുപോയ ഉറക്കം കൂട്ടിയോജിപ്പിക്കാനുള്ള ശ്രമത്തിലായി ഞാൻ.

വൈകിയുണർന്ന് കൺമിഴിച്ചപ്പോൾ കരിമ്പും നിലക്കടലയും ചോളവും വിളഞ്ഞുനിൽക്കുന്ന വയലുകളുടെ കറുത്ത മണ്ണിൽ നിന്ന് ഏതോ നാടൻപാട്ടിന്റെ ശീലുകൾ വണ്ടിയിലേക്കൊഴുകിയെത്തി. കടുംനിറത്തിലുള്ള 'നൗവ്വാരി' (ഒമ്പതുമുഴം) സാരിയുടുത്ത സ്ത്രീകളും വെള്ളത്തൊപ്പിയും മുറിക്കയ്യൻ ബനിയനും വരയൻ നിക്കറുകളുമിട്ട പുരുഷന്മാരും കൈമെയ് മറന്ന് കറുത്ത മണ്ണിനോട് പൊരുതുകയായിരുന്നു. അനാർദ്രമായ മണ്ണിന്റെ ഫലസമൃദ്ധിയാണ് ആ പ്രദേശത്തിന്റെ ജീവചൈതന്യം.

നാണ്യവിളകളെക്കൊണ്ട് അനുഗൃഹീതമായ മറാത്ത്വാഡ ഒരു ചൂഷിതപ്രദേശമാണെന്ന് പിന്നീട് ഞാനറിഞ്ഞു. മറാത്ത്വാഡയുടെ ജീവരക്തം വലിച്ചുകുടിച്ചാണ് ബോംബെ കൊഴുക്കുന്നതെന്ന് ആ നാട്ടുകാർ പറഞ്ഞു. ചില നൂൽക്കമ്പനികളും എണ്ണമില്ലുകളുമല്ലാതെ മറാത്ത്വാഡയിൽ വ്യവസായങ്ങളൊന്നുമുണ്ടായിരുന്നില്ല. ഓസ ആന്റ് കമ്പനിയുടെ പ്ലാന്റ് ഒരു പുതിയ ചുവടുവയ്പായിരുന്നു.

വണ്ടി ലാത്തൂർ സ്റ്റേഷനിൽ ചെന്നു നിന്നപ്പോൾ സമയം രണ്ടുമണി കഴിഞ്ഞിരുന്നു. നല്ല വിശപ്പുണ്ടായിരുന്നു. റെയിൽവേസ്റ്റേഷനും ദരിദ്രാവസ്ഥയിൽതന്നെ. സ്റ്റേഷനു പുറത്ത് നിരവധി സൈക്കിൾറിക്ഷകൾ. ലാത്തൂരിലെ നിത്യഗതാഗതത്തിനുള്ള വാഹനം. ഞങ്ങൾക്കു പോകുവാൻ ബണ്ടു എന്ന ഡ്രൈവർ ഓടിക്കുന്ന ഒരു മോറിസ് മൈനർ കാർ പുറത്ത് കാത്തുകിടന്നിരുന്നു. അതിന്റെ അടുത്ത് മുഖംനിറയെ ചിരിയുമായി മഗൻലാൽ ലഖാനിയും.

പതിനാറ്

മുറിമൂക്കൻ രാജാവ്

ഒരു വയൽക്കരയിലായിരുന്നു, ലാത്തൂരിലെ പ്ലാന്റ്. മില്ലിൽനിന്ന് അകന്നു മാറി അസ്പൃശ്യനെപ്പോലെ അതു നിൽക്കുന്നു. മില്ലിലെ ബോയ്‌ലറിൽ നിന്നും നീരാവികൊണ്ടുവരുന്ന വലിയ പൈപ്പ്, താങ്ങുകൾക്കു മീതെക്കൂടി, പ്ലാന്റിലേക്കു വരുന്നു. പൈപ്പിന്റെ നടുക്കുള്ള എക്സ്പാൻഷൻ ബെന്റിൽ നിന്നും താഴേക്കുവരുന്ന നീരാവി സ്റ്റീം ട്രാപ്പിലൂടെ പുറത്തു വരുന്നത് സർപ്പത്തിന്റെ ചീറ്റൽപോലെ എപ്പോഴും കേൾക്കാം. അലുമിനിയച്ചായമടിച്ച പ്ലാന്റിലെ ഉപകരണങ്ങൾ സൂര്യവെളിച്ചത്തിൽ വെട്ടിത്തിളങ്ങിയിരുന്നു. പ്ലാന്റിന്റെ ഔപചാരികമായ ഉദ്ഘാടനത്തിനു മുമ്പേ തന്നെ മറാത്ത്‌വാഡയിലെ ചെറുപ്രമാണി സംഘങ്ങൾ പ്ലാന്റ് സന്ദർശിക്കുവാൻ വന്നുകൊണ്ടിരുന്നു. ദരിദ്രവും അവികസിതവുമായ മറാത്ത്‌വാഡയിൽ വ്യാവസായിക വിപ്ലവത്തിന്റെ നാന്ദികുറിക്കുന്നതാണ് ആ പ്ലാന്റെന്ന് ആരൊക്കെയോ ധരിച്ചുവച്ചിട്ടുണ്ട്. അബദ്ധധാരണകൾക്ക് ആവശ്യത്തിലധികം പ്രചാരവും ലഭിച്ചു. കീർത്തി ഓയിൽ മിൽസും അവരുടെ പ്ലാന്റും എവിടെയും സംസാരവിഷയമായി.

സന്ദർശകർ വരുമ്പോൾ മഗൻലാൽ ലഖാനി ആദ്യാവസാന വേഷക്കാരനായിരുന്നെങ്കിലും അയാൾക്ക് മൂക്കുകയറിടാൻ ജയന്തിഭായ് എന്ന മാനേജർ തീവ്രശ്രമം നടത്തുന്നത് പ്രകടമായിരുന്നു. ജയന്തിഭായ് പ്ലാന്റ് കാര്യങ്ങളെക്കുറിച്ചു സംസാരിക്കാൻ അർഹതയുള്ളവൻ എന്ന മട്ടിൽ എപ്പോഴും എന്നെ പിടിച്ചു മുന്നിലേക്കിട്ടു. പാളത്താറും ഖദർ ജുബ്ബയും ഗാന്ധിത്തൊപ്പിയും അണിഞ്ഞുവരുന്ന ലോക്കൽ നേതാക്കളോട് ഇംഗ്ലീഷിൽ എന്തെങ്കിലുമൊക്കെ പറഞ്ഞൊപ്പിക്കാൻ ഞാൻ ശ്രമിച്ചു. അവരുടെ കടിച്ചാൽ പൊട്ടാത്ത മറാത്തി എന്നെ വെള്ളം കുടിപ്പിച്ചു. മഗൻലാൽ ലഖാനിയും ജയന്തിഭായിയും ദ്വിഭാഷികളായി എന്നെ രക്ഷപ്പെടുത്തി.

മില്ലിന്റെ ഗസ്റ്റ്ഹൗസിലായിരുന്നു, ഞങ്ങളുടെ താമസം. ജയന്തിഭായി, ലഖാനി, ഞാൻ. പിന്നെ ജയന്തിഭായിയുടെ പോളിടെക്നിക്കൽ ഇൻസ്റ്റിറ്റ്യൂട്ടിൽ പഠിക്കുന്ന ഒരനിയനും. അങ്ങനെയൊരു ജീവി അതിനകത്തുണ്ടെന്ന്

പുറമെയുള്ളവർക്ക് മനസ്സിലാവില്ല. നിശ്ശബ്ദജീവിയായ അയാൾ ഇൻസ്റ്റിറ്റ്യൂട്ടിൽനിന്നു വന്നാൽ ഡ്രോയിംഗ് ബോർഡിന്റെ മുമ്പിൽ കൊറ്റിയെപ്പോലെ ഒറ്റക്കാലിൽ തപസ്സാണ്. ബച്ചുഭായ് എന്ന പയ്യൻ ആരോടും സംസാരിക്കില്ല. എല്ലാം ഒരു പുഞ്ചിരിയിലൊതുക്കുന്ന സ്വഭാവം.

ഇരുപത്തിരണ്ട് പങ്കാളികൾ ചേർന്ന് നടത്തുന്ന സ്ഥാപനമാണ് കീർത്തി ഓയിൽ മിൽസ് എന്ന് മുമ്പേ സൂചിപ്പിച്ചിരുന്നു. മാനേജിംഗ് പാർട്ണർ ചുനിലാൽ ഗാന്ധി പ്രായാധിക്യം മൂലം ചുമതലകൾ മൂത്ത മകനായ ജയന്തിലാലിനെ ഏല്പിച്ചിരിക്കുന്നു. ജയന്തിഭായ് എന്ന് എല്ലാവരും വിളിക്കുന്ന അദ്ദേഹമാണ് മാനേജർ. ഖജാൻജി കീർത്തൻ ലാൽ. മുനിംജിയെ എല്ലാവരും മാമ എന്ന് വിളിച്ചിരുന്നതുകൊണ്ട് ഞാനും അങ്ങനെ വിളിച്ചു. അയാളുടെ യഥാർത്ഥ പേർ ഇന്നും എനിക്കജ്ഞാതം. ഇവരെക്കൂടാതെ ഞങ്ങൾക്ക് ഭക്ഷണം പാകംചെയ്യുന്ന മനിഭായ് എന്ന മഹാരാജാവും, സിൽബന്തികളും വേറെ. ജയന്തിഭായ് പത്താംക്ലാസ് കടന്നിട്ടേയുള്ളു. പക്ഷേ, വ്യാപാരകാര്യങ്ങളിൽ കടുകട്ടി. അപാരമായ ഓർമ്മശക്തി. മദ്ധ്യവയസ്കൻ, വിവാഹിതൻ. ഭാര്യയെ കാണാൻ വല്ലപ്പോഴും ഷോലാപൂർക്കു പോകും. ആ സ്ത്രീ, ജയന്തിയുടെ അഞ്ചാറ് അനിയന്മാർക്കും അച്ഛനമ്മമാർക്കും വേണ്ടി സാരി തലയിലൂടെ വലിച്ചിട്ട് അടുക്കളച്ചുമരുകൾക്കുള്ളിൽ ചൂടും പുകയുമേറ്റ് കരിവാളിക്കുന്നു. ഒരു മകളുള്ളതാണ് അവരുടെ ഏക ആശ്വാസം. ഇങ്ങനെയും ഭാര്യാഭർത്തൃബന്ധമോ എന്ന എന്റെ അദ്ഭുതം എന്നിൽത്തന്നെ കെട്ടടങ്ങി. ജയന്തിഭായിയുടെ ലൈംഗികതൃഷ്ണകൾ ഇത്രവേഗം മുരടിക്കാൻ കാരണം പണത്തിനോടുള്ള തീവ്രാനുരാഗമാണൊ എന്ന് ഞാൻ സംശയിച്ചു. സിനിമാകമ്പക്കാരനായിരുന്നു ജയന്തിഭായ്. രാജ്കപൂറിന്റെ വലിയ ആരാധകൻ. ദിലീപ്കുമാർ സ്റ്റൈലിൽ മുടിചീകി ഒതുക്കുന്നതിൽ ധാരാളം സമയം ചെലവഴിക്കുന്നയാൾ.

ലാത്തൂരിൽ അന്ന് അഞ്ചു തീയേറ്ററുകളുണ്ടായിരുന്നു. മാറുന്ന സിനിമ ആദ്യത്തെ ഷോ തന്നെ പോയിക്കാണണമെന്ന് ജയന്തിഭായിക്ക് നിർബന്ധമാണ്. കൂടെ എന്നെയും കൊണ്ടുപോകും. 1961 മുതൽ 64 വരെ റിലീസായ മിക്കവാറും എല്ലാ ചിത്രങ്ങളും ഞങ്ങൾ കണ്ടിട്ടുണ്ട്. ചിലത് ഒന്നിൽ കൂടുതൽ പ്രാവശ്യം. തുടർച്ചയായി ഹിന്ദി സിനിമകൾ കണ്ടതുകൊണ്ട് എനിക്ക് ഒരുവിധം ഹിന്ദി സംസാരിക്കാമെന്നായി. സ്ത്രീലിംഗവും പുല്ലിംഗവും തിരിച്ചറിയാത്തതാണ് ഹിന്ദിഭാഷയിലെ എന്റെ കീറാമുട്ടി. ഇന്നും ഇക്കാര്യത്തിൽ ഞാൻ മഹാമോശമാണ്. അതുകൊണ്ട് വ്യാകരണത്തെക്കുറിച്ച് ബോധമില്ലാത്തവരോടു മാത്രമേ ആത്മവിശ്വാസത്തോടെ സംസാരിക്കൂ.

പ്ലാന്റിന്റെ ഔപചാരികമായ ഉദ്ഘാടനം നടന്നു. സ്ഥലത്തെ പ്രധാന ദിവ്യന്മാരെയെല്ലാം ക്ഷണിച്ചിട്ടുണ്ടായിരുന്നു. ഉദ്ഘാടകൻ കളക്ടറായിരുന്നോ മുനിസിപ്പൽ ചെയർമാനായിരുന്നോ എന്ന് ഇപ്പോൾ ഓർക്കുന്നില്ല.

ഉദ്ഘാടനത്തിനുശേഷം പ്ലാന്റ് പ്രവർത്തനം തുടങ്ങി. കാലത്ത് ഏഴു മണി മുതൽ രാത്രി പന്ത്രണ്ടുവരെ. അത്രയും സമയം എനിക്ക് പ്ലാന്റിൽ തന്നെ കഴിയേണ്ടിവന്നു. ഒമ്പതുമണിയോടെ ജയന്തിഭായ് മില്ലിൽ മേൽനോട്ടത്തിനിറങ്ങും. ഓരോ എക്സ്പെല്ലറിന്റെ അടുത്തും സമയം ചെലവഴിക്കും. ജോലിചെയ്യുന്നവരെ ശ്രദ്ധിക്കും. അറ്റകുറ്റങ്ങൾ ചൂണ്ടിക്കാണിക്കും. വഴക്കുപറയും. മില്ലിൽ നിന്നിറങ്ങുന്നത് പുറത്ത് കപ്പലണ്ടിച്ചാക്കുകൾ മലപോലെ അട്ടിയിടുന്ന കോംപൗണ്ടിലേക്കാണ്. സീസൺ തുടങ്ങിയാൽ കാളവണ്ടികളും ലോറികളും കപ്പലണ്ടിച്ചാക്കുകളുമായി വന്നുകൊണ്ടേയിരിക്കും. അവയിൽനിന്ന് സാമ്പിളെടുത്ത് പരിശോധിച്ച് എവിടെ അട്ടിയിടണമെന്ന് തീരുമാനിക്കുന്നത് ബൻസിയാണ്. അട്ടിയിടുന്ന ചാക്കുകളുടെ കണക്കുവയ്ക്കുന്നത് ചന്ദ്രകാന്ത്. നവംബർ ഡിസംബർ ജനുവരി മാസങ്ങളിൽ മില്ലിന്റെ പരിസരത്ത് ഫ്ളഡ്ലൈറ്റുകളുണ്ടാവും. രാപകൽ ഭേദമന്യേ ഹമാലുകൾ പണിയെടുക്കുന്നുണ്ടാവും. പത്ത് പത്തരയാവുമ്പോൾ ജയന്തിഭായ് പ്ലാന്റിലേക്കുവരും. എന്റെ അടുത്ത് ഒരു കസേരയിട്ടിരുന്ന് സംസാരിക്കാൻ തുടങ്ങും. സിനിമയെക്കുറിച്ചും രാഷ്ട്രീയത്തെക്കുറിച്ചും സ്ത്രീകളെക്കുറിച്ചും അയാൾ ആവേശപൂർവം സംസാരിക്കും. മിൽത്തൊഴിലാളികളുടെ ചാലുകളിലെ അവിഹിതബന്ധങ്ങളെക്കുറിച്ചും പറയും. ലാത്തൂരിലെ പ്രമാണിമാരുടെ ദൗർബല്യങ്ങളെക്കുറിച്ചും അവരുടെ രഹസ്യബന്ധങ്ങളെക്കുറിച്ചും പറയും. ഞങ്ങൾ തമ്മിലുള്ള സ്ഥാനവ്യത്യാസങ്ങൾ മറന്ന് ഒരടുത്ത സുഹൃത്തായി എന്നെ കാണാനാണ് അദ്ദേഹം ശ്രമിച്ചത്.

ലാത്തൂരിലെ ഒരു പ്രമുഖ സ്ഥാപനമായിരുന്നു കീർത്തി ഓയിൽ മിൽസ്. അതുകൊണ്ടുതന്നെ എല്ലാ മുഖ്യചടങ്ങുകളിലും ആഘോഷങ്ങളിലും ക്ഷണിക്കപ്പെടുകയെന്നത് സ്വാഭാവികം. ജയന്തിഭായ് എല്ലായിടത്തേക്കും എന്നെ കൊണ്ടുപോയി. ഞാൻ അർഹിച്ചിരുന്നതിലധികം സ്നേഹാദരങ്ങൾ നൽകി. വിശിഷ്ടവ്യക്തികളെ പരിചയപ്പെടുത്തി. വാസ്തവത്തിൽ എനിക്ക് ഉൾക്കൊള്ളാവുന്നതിലധികം സ്നേഹവും കൃതജ്ഞതയും പരിചരണവും ലഭിച്ച കാലമായിരുന്നു അത്. അതുകൊണ്ടുതന്നെ എന്റെ ജീവിതത്തിലെ അവിസ്മരണീയമായ കാലഘട്ടവും. ഒന്നിനും ക്ഷാമമില്ല. എന്തും ആവശ്യപ്പെടുകയേ വേണ്ടു. ഒരു ഷർട്ടോ ബനിയനോ വാങ്ങണമെന്നു പറഞ്ഞാൽ ചന്ദ്രകാന്ത് ഓരോന്നിന്റെയും പതിപ്പത്ത് പാക്കറ്റുകൾ കൊണ്ടുവരും. ഇഷ്ടമുള്ളത് തെരഞ്ഞെടുക്കാം. പിന്നെ ഒന്നും ഞാനറിയേണ്ടതില്ല. വാസ്തവത്തിൽ ജീവിതത്തെയും ജോലിയെയും തമ്മിൽ വേർതിരിക്കുന്ന രേഖകളൊന്നുമുണ്ടായിരുന്നില്ല. ജോലിതന്നെയായിരുന്നു, ജീവിതം. ജീവിതം തന്നെയായിരുന്നു ജോലി. ഇതുകൊണ്ട് എനിക്കു മടുപ്പോ അസംതൃപ്തിയോ തോന്നാതിരിക്കാൻ വേണ്ടിയാണ് ജയന്തിഭായ് കിണഞ്ഞു ശ്രമിച്ചത്. ഞാൻ ജോലി വലിച്ചെറിഞ്ഞു പോയാൽ മറ്റൊരാളെ കണ്ടെത്താൻ കാല

താമസമെടുക്കും. പ്ലാന്റിന്റെ പ്രവർത്തനം നിലയ്ക്കും. അതൊഴിവാക്കാ നുള്ള വിദ്യ എന്റെ സുഖങ്ങളിലും ഇഷ്ടാനിഷ്ടങ്ങളിലും ശ്രദ്ധിക്കുക എന്നുള്ളതായിരുന്നു. മാനേജർ സാറിന് മറ്റൊരു പരിമിതികൂടിയുണ്ടാ യിരുന്നു. ഇംഗ്ലീഷിൽ വരുന്ന കത്തുകൾക്ക് മറുപടിയെഴുതാനുള്ള വിഷമം. ഓയിൽ മില്ലിൽ ഉല്പാദിപ്പിക്കുന്ന എണ്ണ മുഴുവനും ബോംബെ വിപണിയിലേക്കാണ് അയച്ചിരുന്നത്. ഹിന്ദുസ്ഥാൻ ലിവർ, ഗോദ്റെജ്, വെജിറ്റബിൾ വിറ്റാമിൻസ് മുതലായ കമ്പനികളായിരുന്നു ഉപഭോക്താ ക്കൾ. ഈ കമ്പനികളുടെ പ്രതിനിധികൾ സീസൺ ആരംഭിക്കുന്നതിനു മുമ്പേ വന്ന് ഓർഡർ ബുക്കു ചെയ്തുപോകുന്നു. അതനുസരിച്ച് കമ്പനി കളിൽ എണ്ണ എത്തിക്കേണ്ട ചുമതല ബോംബെയിലുള്ള കമ്മീഷൻ ഏജന്റിന്റെയാണ്. കമ്മീഷൻ ഏജന്റായിരുന്ന ബിപിൻഭായ് സൂരയും മില്ലിന്റെ പങ്കാളികളിൽ ഒരാളായിരുന്നു.

മേല്പറഞ്ഞ കമ്പനികളിൽനിന്നു കത്തു വന്നാൽ ജയന്തിഭായ് ചന്ദ്ര കാന്തിനോടു പറയും.

ചന്ദ്രകാന്ത്, സാഹിബ് കോ ബുലാവോ.

'സാഹിബ്' എന്ന സംബോധന ആദ്യം കേട്ടപ്പോൾ അരോചകമായി തോന്നിയെങ്കിലും പിന്നീടത് പേരുവിളിക്കുന്നതുപോലെ സാധാരണയായി. ബോംബെയിൽ വന്നപ്പോൾ എല്ലാവരും 'സാബു'മാരാണ്. നടുക്കമുള്ള ഒരക്ഷരം 'ബമ്പയ്യ' ഹിന്ദിയിൽ നഷ്ടപ്പെടുന്നു.

ചുരുക്കത്തിൽ മില്ലിനെ സംബന്ധിക്കുന്ന ഇംഗ്ലീഷ് കറസ്പോണ്ടൻസ് ജയന്തിഭായ് എന്റെ തലയിൽ കെട്ടിവച്ചു. ഞാൻ മൂക്കില്ലാരാജ്യത്തെ മുറി മൂക്കൻ രാജാവായി.

പതിനേഴ്

ഇരുണ്ട സന്ധ്യ

കീർത്തൻ കനലിലെ ഉറുമ്പുപോലെയാണ്. സദാസമയവും അസ്വസ്ഥൻ. എവിടേക്കൊക്കെയോ നെട്ടോട്ടം. ഉറക്കെ ഒച്ചവച്ച് സംസാരിക്കുന്ന പ്രകൃതം. രാജാവിനേക്കാൾ വിശ്വസ്തനായ സേവകൻ. കാലത്ത് മഹാരാഷ്ട്ര ബാങ്കിൽനിന്ന് ലക്ഷങ്ങൾ തുണിയിൽ കെട്ടിക്കൊണ്ടുവരുന്നു. വെള്ളക്കിടക്കയിലിരുന്ന് എണ്ണി തിട്ടപ്പെടുത്തുന്നു. അകത്ത് സെയ്ഫിൽ കൊണ്ടുവയ്ക്കുന്നു. വീണ്ടും സൈക്കിളെടുത്ത് പറക്കുന്നു. വെയിൽ ചായുമ്പോൾ തിരിച്ചുവന്ന് സ്വസ്ഥാനത്തിരിക്കുന്നു. അപ്പോഴേക്കും നീളൻ കുർത്തകളും 'പേറ'* യുമായി കർഷകന്മാർ വന്നുതുടങ്ങും, അവർ മില്ലിന് വിറ്റ നിലക്കടലയുടെ വില വാങ്ങാൻ. കണ്ടാൽ കാശിന് വിലിയില്ലാത്തവർ ഒന്നോ രണ്ടോ ലക്ഷം രൂപ ഷർട്ടു പൊക്കി ബനിയന്റെ പോക്കറ്റിൽ തിരുകി ബീഡിയും വലിച്ച് നടന്നുപോകുന്നതു കണ്ട് ഞാൻ അദ്ഭുതപ്പെടാറുണ്ട്. കീർത്തൻ കർഷകർക്ക് കൈമാറുന്ന നോട്ടുകെട്ടുകളുടെ കണക്ക് അപ്പപ്പോൾ ഝോപഡിയുടെ മഞ്ഞത്താളിൽ കയറും. പിറ്റേദിവസം മാമാജി കുളിയും പൂജയും കഴിഞ്ഞ് ചന്ദനക്കുറിയിട്ട് ഏമ്പക്കമിട്ട് വന്നിരുന്ന് ചുവന്ന ചട്ടയും മഞ്ഞത്താളുകളുമുള്ള വലിയ ഝോപഡികളിൽ മഷിയിൽ മുക്കിയ സ്റ്റീൽപെൻ കൊണ്ട് തലേദിവസത്തെ കണക്കുകൾ പകർത്തിയെഴുതുന്നു. ഖജാൻജിയും കണക്കപ്പിള്ളയും കസേരയോ മേശയോ ഉപയോഗിക്കാറില്ല. വെള്ളവിരിച്ച കിടക്കയിലാണിരിപ്പ്. ഝോപഡി വച്ചെഴുതാൻ ചെറിയൊരു പെട്ടിയുണ്ടെങ്കിലും അതുപയോഗിക്കുന്നത് വിരളമാണ്. നീളൻ പുസ്തകം തുടയിൽ വച്ചുകൊണ്ട് എഴുതുകയാണ് പതിവ്.

** പേറ - ധാരാളം നീളമുള്ള തുണികൊണ്ട് മഹാരാഷ്ട്രയിലെ കൃഷിക്കാർ കെട്ടിയുണ്ടാക്കുന്ന 'തലയിൽക്കെട്ട്'. അതിന്റെ ഒരറ്റം പുറത്തേക്കു നീണ്ടു കിടക്കും. പല വർണ്ണത്തിലുള്ള തുണികളും 'പേറ' കെട്ടാൻ ഉപയോഗിക്കുന്നു.*

ഞാൻ ചെന്ന് ഒരുമാസമാവുന്നതിനു മുമ്പുതന്നെ മില്ലും പരിസരങ്ങളും ശുചീകരണപ്രവർത്തനങ്ങളിൽ മുഴുകി. ജയന്തിഭായ് പറഞ്ഞു, പിതാജി ആര ഹാഹൈ.

മാനേജിംഗ് പാർട്ണർ ചുനിലാൽ ഗാന്ധിയുടെ സന്ദർശനം.

വരുന്ന ഭൂതം ഏതുതരത്തിലുള്ളതാവുമെന്ന് എനിക്കൂഹിക്കാനാവില്ല.

ബണ്ടു ഓടിപ്പിക്കുന്ന മോറിസ്മൈനറിൽ എഴുപതിനോടടുത്ത വൃദ്ധൻ വന്നിറങ്ങിയപ്പോൾ എല്ലാവരും ഭയഭക്തി ബഹുമാനങ്ങളോടെ കൈകൂപ്പി. ധോത്തിയും കുർത്തയും നെഹ്രു ജാക്കറ്റും ഗാന്ധിതൊപ്പിയും ധരിച്ചിരുന്ന അദ്ദേഹം കിടക്കയിൽ ഇരുന്ന് തൊപ്പി അഴിച്ചുവച്ചു. അലറുന്ന ശബ്ദത്തിൽ വളി വിട്ടു!

തമേ ആരാം കരോ. വർത്തമാനമൊക്കെ പിന്നീടാവാം.

കസേരയിലിരിക്കുന്ന എന്നെ ചൂണ്ടി ജയന്തിഭായ് പറഞ്ഞു.

യേ ആപ്സേ കെമിസ്റ്റ് ഛേ.

ഞങ്ങൾ പരസ്പരം കൈകൂപ്പി.

മദ്രാസിയാണോ?

അല്ല, കേരളത്തിൽ നിന്നാണ്.

ജയന്തീ, കരേല കഹാം ഛേ?

അങ്ങ് തെക്കേ അറ്റത്താണ്.

ആര് കണ്ടിരിക്കുന്നു, ഈ സ്ഥലങ്ങളൊക്കെ എന്നു പറഞ്ഞ് വൃദ്ധൻ ചിരിച്ചു.

ചുനിഭായിക്ക് എപ്പോഴും പേടിയാണ്. എന്തിനെയെന്നില്ല. വ്യാപാര മാന്ദ്യത്തെക്കുറിച്ചല്ലാ. പണമിടപാടുകളെക്കുറിച്ചല്ലാ. അജ്ഞാതമായ എന്തിനേയോ പേടിക്കുന്നു.

ലാത്തൂരിലെ മറ്റു വ്യാപാരികളെയെല്ലാം ഫോണിൽ വിളിച്ച് കുശല പ്രശ്നങ്ങൾ, സുഖാന്വേഷണങ്ങൾ.

അത്യാരേ ധന്താമേ മജാ നഥി.

(ഇപ്പോൾ വ്യാപാരത്തിൽ രസമൊന്നുമില്ല).

നിത്യനിദാനച്ചെലവുകൾ കഴിഞ്ഞ് നാലഞ്ചുലക്ഷം സമ്പാദിക്കാനായാൽ ധാരാളമായി. സംഭാഷണം അവസാനിപ്പിക്കുന്ന വാചകം ഒന്നു തന്നെയായിരുന്നു.

മൻ മേ ഘബ്രാഹട്ട് ഹോത്താ ഹേ....

(മനസ്സിൽ പേടി തോന്നുന്നു).

അതു കേൾക്കുമ്പോൾ മകൻ ചൂടായിപ്പറയും.

തമേ കസൂ നഥി. (നിങ്ങൾക്ക് ഒന്നുമില്ല). അനാവശ്യ ചിന്തകൾ ഒഴിവാക്കി സ്വസ്ഥമായി ഒരിടത്തിരുന്നാൽ മതി.

അച്ഛൻ വ്യാപാരകാര്യങ്ങളിൽ ഇടപെടുന്നത് ജയന്തിക്കിഷ്ടമില്ല. ടെൻഷനൊന്നും പാടില്ലെന്നാണ് ഡോക്ടറുടെ നിർദ്ദേശം. മകനോടു ചോദിച്ചാൽ വിവരങ്ങളൊന്നും വേണ്ടപോലെ കിട്ടില്ലെന്ന് അറിയാവുന്നതു കൊണ്ട് ചുനിഭായ് സേഠ് ഖജാൻജിയേയും കണക്കപ്പിള്ളയേയും സ്വകാര്യ മായി വിളിച്ച് കാര്യങ്ങൾ അന്വേഷിക്കും. ജയന്തിഭായ് പക്ഷേ, വിളഞ്ഞ വനായിരുന്നു. അയാൾ ആലോചിക്കുന്നതും പ്രവർത്തിക്കുന്നതുമൊന്നും മറ്റാരും അറിയില്ല. കടലാസുതുണ്ടുകളിൽ കണക്കുകൾ കുത്തിക്കുറിച്ച്, കൂട്ടിപ്പെരുക്കിയാണ് ഓരോ ദിവസവും വാങ്ങേണ്ട നിലക്കടലയുടെ വില നിശ്ചയിക്കുന്നത്. കാലത്തുതന്നെ ബോംബെയിലെ കമ്മീഷൻ ഏജന്റിനെ വിളിച്ച് അങ്ങാടിനിലവാരങ്ങൾ അറിഞ്ഞിരിക്കും. അന്ന് എസ്.ടി.ഡി. സൗകര്യങ്ങൾ ഇല്ലാത്തതുകൊണ്ട് ട്രങ്ക് കോളുകളും മിന്നൽ വിളികളുമായിരുന്നു ആശ്രയം. കടലാസുതുണ്ടുകളിൽ എഴുതുന്ന തെന്തും മറ്റാർക്കും വായിക്കാനാവാത്തവിധം അതിന്മേൽ പേനകൊണ്ട് വരച്ചുകൂട്ടുന്നത് അദ്ദേഹത്തിന്റെ വിനോദവും സൂത്രവുമായിരുന്നു. എന്നിട്ടും തൃപ്തിയായില്ലെങ്കിൽ കടലാസ് കുനുകുനെ കീറി കാറ്റിൽ പറത്തും. ജയന്തിഭായ് എന്നോടു പറയാറുണ്ട്.

കച്ചവടത്തിൽ ലാഭനഷ്ടങ്ങൾ സാധാരണയാണ്. ചില കൊല്ലം കൊഴുത്ത ലാഭം കിട്ടും. ചിലപ്പോൾ അതുപോലെ നഷ്ടവും സംഭവിക്കും. അച്ഛനപ്പോൾ നഷ്ടത്തെ സമചിത്തതയോടെ സ്വീകരിക്കാനാവില്ല. എണ്ണവില കുറയുന്നു എന്നറിഞ്ഞാൽ അദ്ദേഹത്തിന്റെ രക്തസമ്മർദ്ദം വർദ്ധിക്കും.

മാനേജിംഗ് പാർട്ണറുടെ സന്ദർശനവേളയിൽ ഒരുദിവസം ഗംഭീര സദ്യയൊരുക്കി. സ്ഥലത്തെ മറ്റു വ്യവസായികൾ, ബാങ്ക് മാനേജർ, മുനി സിപ്പൽ ചെയർമാൻ മുതലായവർ അതിഥികളായിരുന്നു.

അന്നു വൈകുന്നേരം ജയന്തിഭായ് പറഞ്ഞു.

എത്രപേരെ സന്തോഷിപ്പിച്ചിട്ടുവേണമെന്നോ ഈ മില്ലു നടത്താൻ. ഇനി ഏറ്റവും വലിയ ഒരു തുരപ്പനുണ്ട്, ഫാക്ടറി ഇൻസ്പെക്ടർ. ദൈവം വരുന്നു എന്നു കേട്ടാൽ എനിക്കു പേടിയില്ല. എന്നാൽ ഫാക്ടറി ഇൻസ്പെക്ടർ....

ജയന്തിയുടെ തൊണ്ട വരണ്ടിരുന്നോ?

അയാൾ വരുമ്പോഴേക്കും വേണ്ടതൊക്കെ ചെയ്താൽ പോരേ?

നമ്മൾ എത്ര ശ്രദ്ധിച്ച് എന്തെങ്കിലും ചെയ്താലും അയാൾ കുറ്റ ങ്ങളും കുറവുകളും കണ്ടുപിടിക്കും. ചിലർ സൽക്കാരപ്രിയന്മാരാണ്. അവരെ സന്തോഷിപ്പിക്കാം. ചിലർ കൈമടക്ക് വാങ്ങുന്നവരാണ്. അവരെയും മെരുക്കിയെടുക്കാം.

ഇതിലൊന്നും പെടാത്തവരുണ്ട്. ഫാക്ടറി ആക്റ്റ് കലക്കിക്കുടിച്ചു വരുന്നവർ. അവരുടെ അടുത്ത് ഒരു രക്ഷയുമില്ല.

അങ്ങനെയും ചിലരില്ലെങ്കിൽ അരാജകത്വം അരങ്ങേറില്ലേ ഫാക്ടറികളിൽ?

കാര്യം ശരിയാണ്. അങ്ങനെയാണ് വേണ്ടതും. എന്നാൽ നമുക്ക് പൊള്ളുമ്പോൾ നിയമങ്ങളോ തത്ത്വങ്ങളോ മറികടക്കാനേ നാം ശ്രമിക്കൂ. നമ്മുടെ കാര്യം നടക്കേണ്ടപ്പോൾ നമുക്ക് സത്യസന്ധരായ ഉദ്യോഗസ്ഥന്മാരെയോ ഭരണവർഗത്തെയോ അല്ല ആവശ്യം. മറ്റുള്ളവരുടെ കാര്യമാണെങ്കിൽ നീതിക്കും നിയമത്തിനും വേണ്ടി നിലകൊള്ളുന്നവരെ നാം പ്രശംസിക്കുന്നു. പക്ഷേ, ചിലർ നിയമത്തെ ചൂഷണം ചെയ്യുകയാണ്. ഒരു വ്യവസായം തകർന്നാലും അവർക്കൊന്നുമില്ല.

ഇതൊക്കെ സംസാരിച്ച് ഏകദേശം ഒരു മാസത്തിനുള്ളിൽ ദാരുണമായ ഒരു സംഭവം നടന്നു. ഞാൻ പ്ലാന്റിലായിരുന്നു. എന്റെകൂടെ ബാബുറാവു എന്ന മില്ലിന്റെ എഞ്ചിനീയറും ഉണ്ടായിരുന്നു. ബാബുറാവു കുട്ടിക്കാലം മുതലേ ഓയിൽ മില്ലുകളിൽ ജോലിചെയ്ത് 'എഞ്ചിനീയർ' ആയി വളർന്നതാണ്. വളരെക്കുറച്ച് സംസാരിക്കുന്ന, സംസാരിക്കുന്ന തെന്തും വ്യക്തവും ശുദ്ധവുമായ ഭാഷയിൽ സംസാരിക്കുന്ന ദൈവഭക്തനായ ബ്രാഹ്മണൻ. പൈജാമയും മുറിക്കയ്യൻ ഷർട്ടും തലയിൽ വെളുത്ത തൊപ്പിയുമാണ് എന്നത്തേയും വേഷം. ഞങ്ങൾ സംസാരിച്ചു കൊണ്ടിരിക്കുമ്പോൾ പൊടുന്നനെ മില്ലിലെ വെളിച്ചം കെട്ടു. ബാബുറാവു അടുത്ത നിമിഷം കോണിയിറങ്ങി ഓടുന്നതാണ് ഞാൻ കണ്ടത്. എനിക്ക് ഒന്നും മനസ്സിലായില്ല. ഞാൻ ഇരുളിൽ പുതഞ്ഞുകിടക്കുന്ന മില്ലിലേക്ക് നോക്കി നിൽക്കുമ്പോൾ സക്കാറാം എന്ന പ്ലാന്റ് ഓപ്പറേറ്റർ സംഭീതനായി ഓടിവന്നു പറഞ്ഞു.

ആരോ എക്സ്പെല്ലർ ഷാഫ്റ്റിൽ പെട്ടിരിക്കുന്നു.

ആ സംഭവത്തിന്റെ ആഘാതം പെട്ടെന്ന് എനിക്ക് ഉൾക്കൊള്ളാനായില്ല.

പതിനെട്ട്
അത്യാഹിതം

വീണ്ടും സക്കാറാം ഓടിക്കിതച്ചുകൊണ്ടു വന്നു. അപ്പോഴേക്കും മില്ലിൽ വൈദ്യുതവിളക്കുകൾ തെളിഞ്ഞിരുന്നു.

വോ മർഗയാ.

ആര്?

എന്റെ ഉത്ക്കണ്ഠയുടെ മുമ്പിൽ അവനൊന്നു പതറി.

അമീൻ സാബ് മരിച്ചു.

എനിക്ക് പെട്ടെന്ന് ഭയവും മരവിപ്പും ഒക്കെ തോന്നി. അമീൻ ആരാണെന്നെനിക്ക് അറിയില്ല. തീർച്ചയായും മിൽതൊഴിലാളിതന്നെ. ഞാൻ കണ്ടിട്ടുണ്ടാവാം. മുഖം ഓർമ്മയിൽ തെളിയുന്നില്ല.

മില്ലിന്റെ ഏതോ ഭാഗത്തുനിന്ന് ഒരു സ്ത്രീയുടെയും കുട്ടികളുടെയും ദീനവിലാപം കാറ്റിൽ ഒഴുകിവന്നു.

ഒന്നോ രണ്ടോ മണിക്കൂർ കഴിഞ്ഞപ്പോൾ പ്ലാന്റിലെ ഓപ്പറേറ്റർമാർ തിരിച്ചുവന്നു. അവരൊക്കെ ദുഃഖാർത്തരായിരുന്നു. ഒന്നും പറയാനാവാതെ അവർ സ്തംഭിച്ചുനിന്നപ്പോൾ ഞാൻ ചോദിച്ചു.

എന്താണുണ്ടായത്?

ഒമ്പത് എക്സ്പെല്ലറുകളെ തിരിക്കുന്നത് ഒരു മോട്ടോറിനോട് ഘടിപ്പിച്ച ഷാഫ്ടാണ്. ഓരോ ഷാഫ്ടിലേക്ക് ഘടിപ്പിച്ചിരിക്കുന്ന ഡയനാമോ കറക്കുന്നതും കോമൺ ഷാഫ്ട് തന്നെ.

സാധാരണ ഗതിയിൽ ബെൽട്ടുകൾ ലൂസാവുകയോ തെന്നിവീഴുകയോ ചെയ്യാറുണ്ട്. അപ്പോൾ മോട്ടോർ നിറുത്തിയിട്ടു വേണം ഷാഫ്ടിന്റെ ചാനലിൽ ഇറങ്ങിച്ചെന്ന് ബെൽട്ട് ശരിപ്പെടുത്താൻ. ഷിഫ്ട് സൂപ്പർവൈസറായ അമീൻ മോട്ടോർ നിറുത്താതെതന്നെ ബെൽട്ട് പിടിച്ചിടാൻ ശ്രമിച്ചപ്പോൾ തിരിയുന്ന ഷാഫ്ടിൽ കുടുങ്ങിപ്പോയി. ആരോ ചെന്ന് മോട്ടോർ നിറുത്തുന്നതുവരെ ഷാഫ്ട് തിരിയുന്നതോടൊപ്പം അയാളും അതിവേഗത്തിൽ തിരിഞ്ഞുകൊണ്ടിരുന്നു. ഷാഫ്ടിന്റെ ഇരുഭാഗത്തും കെട്ടിയുയർത്തിയിട്ടുള്ള ഭിത്തിയിൽ ഇടിച്ച് തല ചിന്നിച്ചിതറി, കൈകാലുകൾ

വേർപെട്ടു. ആ കാഴ്ച കണ്ടുനിന്നവർ ഷോക്കേറ്റതുപോലെ അപ്പോഴും നിൽക്കുന്നു. അമീന്റെ മൃതദേഹം കയറ്റി അവയവങ്ങൾ കൂട്ടിവച്ചതിനു ശേഷം അത് കാണുവാൻ എന്നെ ആരോ വന്ന് വിളിച്ചു. ഞാൻ പോയില്ല. ആ കാഴ്ച കാണാനുള്ള ധൈര്യം എനിക്കില്ലായിരുന്നു. രാത്രിയുടെ നിശ്ശബ്ദതയിലേക്ക് ആഴ്ന്നിറങ്ങുന്ന ഒരു സ്ത്രീയുടെയും രണ്ടുമൂന്ന് കുട്ടികളുടെയും ദീനവിലാപമായിരുന്നു എന്റെ കാതുകളിൽ.

പിന്നീട് പല രാത്രികളിലും കാറ്റ് ആ വിലാപമായി എന്നെ തേടിയെത്താറുണ്ട്.

ആ അത്യാഹിതത്തിനുശേഷം ഏതാണ്ട് ഒരാഴ്ചയോളം മിൽ പ്രവർത്തിക്കുകയുണ്ടായില്ല. പോലീസിന് അതൊരു അപകടമരണമായിരുന്നു എന്ന് രേഖപ്പെടുത്തുവാൻ വേണ്ടി തെളിവുകളും സാക്ഷിമൊഴികളും ഉണ്ടായിരുന്നു. അമീന്റെ കുടുംബത്തിന് നല്ലൊരു തുക നഷ്ടപരിഹാരമായി നൽകാൻ ജയന്തിഭായ് മടിച്ചില്ല.

വിവരം ഫാക്ടറി ഇൻസ്പെക്ടറെ അറിയിച്ചിട്ടുണ്ട്. ഇനി അയാൾ വന്ന് നോക്കി അനുവാദം നൽകിയാലല്ലാതെ മില്ല് പ്രവർത്തിപ്പിക്കാൻ വയ്യ. മില്ല് പ്രവർത്തനരഹിതമായാൽ ഓരോ ദിവസവും ഉണ്ടാവുന്ന നഷ്ടം ഭീമമാണ്. ഇതിന്റെ പേരിൽ മറ്റു പങ്കാളികൾ മാനേജരുടെ മേൽ നടപടിയെടുക്കും.

ജയന്തിഭായ് ആകെ അസ്വസ്ഥനായിരുന്നു. ഫാക്ടറി ഇൻസ്പെക്ടറെ എങ്ങനെ നേരിടുമെന്നോർത്ത് അയാൾ ഖിന്നനായി.

ഞാൻ മാനേജരായി പത്തുകൊല്ലമാവാറായി. ഇതുവരെ ഒരപകടവും സംഭവിച്ചിട്ടില്ല. ഒരു മനുഷ്യന്റെ അമിതമായ ആത്മവിശ്വാസവും ധിക്കാരവും ഒരു കുടുംബത്തിനും സ്ഥാപനത്തിനും വരുത്തിവച്ച വിനകൾ നോക്കൂ.

കീർത്തി ഓയിൽ മില്ലിന്റെ കീർത്തിയിൽ ഒരു തൊഴിലാളിയുടെ രക്തക്കറ പുരണ്ടിരിക്കുന്നു. അതിനെക്കുറിച്ച് സംസാരിക്കുമ്പോഴൊക്കെ അയാൾ ആകുലനായി.

ബാബുറാവു മാത്രം സമചിത്തതയോടെ പ്രവൃത്തികളിൽ മുഴുകി. അയാൾ, തുണിമില്ലുകളിലും ഓയിൽ മില്ലുകളിലുമായി ജീവിതം കഴിച്ചയാൾ. ഇതിനേക്കാൾ മർമ്മഭേദകമായ കാഴ്ചകൾ കണ്ടിട്ടുണ്ട്. വലിയ അഗ്നിബാധകൾക്കും അപകടങ്ങൾക്കും സാക്ഷ്യം വഹിച്ചിട്ടുണ്ട്.

വോ ആദ്മി നാലായക് ഹൈ, ബാബുറാവു പറഞ്ഞു. മോട്ടോർ നിറുത്താതെ ഷാഫ്ടിന്റെ ചാനലിൽ ഇറങ്ങുന്നത് നിഷിദ്ധമാണ്. എന്നോട് അനുവാദം ചോദിക്കാതെ ആ ജോലി ചെയ്യാൻ പാടില്ലായിരുന്നു. ഇനി അതൊക്കെ പറഞ്ഞിട്ട് എന്തുകാര്യം? അമ്പതുവയസ്സായ ഒരാൾക്ക് അഞ്ചുവയസ്സുകാരന്റെ ബുദ്ധിയെങ്കിലും വേണ്ടേ? നഷ്ടപ്പെട്ടത് അവന്റെ കുടുംബത്തിനല്ലേ? ഒരു നിമിഷംകൊണ്ട് അയാളുടെ തലയും മൂന്നു കുട്ടികളുടെ ലോകവുമാണ് തകർന്നത്.

ബാബുറാവു പ്രകടമായ അസംതൃപ്തിയോടെ മില്ലിലേക്ക് തിരിച്ചു പോയി.

നാലുദിവസം കഴിഞ്ഞപ്പോൾ ഫാക്ടറി ഇൻസ്പെക്ടറുടെ സന്ദേശമെത്തി. എല്ലാം നേരിൽകണ്ട് മനസ്സിലാക്കാനെഴുന്നള്ളുന്നു.

ജയന്തിഭായ് ഇൻസ്പെക്ടറുടെ സന്ദേശം എനിക്കു തന്നു.

ആരാണ് ഒപ്പിട്ടിരിക്കുന്നത് എന്നു നോക്കൂ.

കൃഷ്ണൻ എന്ന പേര് വ്യക്തമായി വായിച്ചെടുക്കാം.

തുമാരാ ഗാവ്‌വാലാ ലഗ്ത്താഹൈ.

(നിങ്ങളുടെ നാട്ടുകാരനാണെന്നു തോന്നുന്നു).

എന്നുറപ്പിച്ചു പറയാനാവില്ല.

എന്നാലും എനിക്കു തെല്ലൊരാശ്വാസം തോന്നുന്നു.

വെള്ളത്തിലും കരയിലും പോകാത്ത ഭയങ്കരന്മാർ ഞങ്ങളുടെ നാട്ടിലും ഉണ്ടെന്ന് ഞാൻ പറഞ്ഞില്ല. ചെറിയ പദവികൾകൊണ്ടുപോലും ആകാശംമുട്ടെ വളർന്നതായി ഭാവിക്കുന്ന ഞങ്ങളെക്കുറിച്ച് ഞാൻ പറഞ്ഞില്ല. മറ്റാരേക്കാളും അഹന്തയും തലക്കനവും ഞങ്ങളെ ബാധിക്കാറുണ്ടെന്നും ഞാൻ പറഞ്ഞില്ല. വരുന്ന ആൾ മലയാളിയാണെങ്കിൽ മറ്റൊരു മലയാളിയുടെ മുമ്പിൽ കൃഷ്ണസർപ്പം ഫണംവിരിച്ചാടുമെന്ന് പറഞ്ഞ് ഞാൻ ജയന്തിഭായിയെ ഭയപ്പെടുത്തിയില്ല.

നാളെ വൈകുന്നേരം ഔറംഗബാദിൽനിന്നും സാഹിബ് ഗസ്റ്റ് ഹൗസിൽ എത്തും. നമുക്കുപോയി കാണണം. നിങ്ങളുള്ളത് എനിക്ക് ധൈര്യം തരുന്നു.

ആവശ്യമില്ലാത്തിടങ്ങളിൽ വലിഞ്ഞുകയറുന്നത് അന്നും ഇന്നും എനിക്കിഷ്ടമല്ല. മില്ലിന്റെ ഭരണവും കാര്യങ്ങളുമൊന്നും എന്റെ ഉത്തരവാദിത്വത്തിൽപെടുന്നില്ല. എന്നാൽ നാളെ പ്ലാന്റിനെ സംബന്ധിക്കുന്ന പ്രശ്നങ്ങളെന്തെങ്കിലുമുണ്ടായാൽ ചില ചോദ്യങ്ങൾക്കെങ്കിലും ഞാൻ ഉത്തരം പറഞ്ഞേ പറ്റൂ. എനിക്കവർ ശമ്പളം തരുന്നത് അതിനാണ്. ഫാക്ടറി ഇൻസ്പെക്ടറെ പരിചയപ്പെടുന്നത് പിൽക്കാലത്ത് ഗുണകരമായി ഭവിച്ചേക്കാം. എല്ലാത്തിനുമുപരി എന്നെ സ്നേഹിതനായി കണക്കാക്കുന്ന ഒരു മനുഷ്യന്റെ കൂടെ നിൽക്കേണ്ടത് സാമാന്യമര്യാദയാണ്.

സാധാരണ ദിവസങ്ങളിൽ അതിഥികളില്ലാതെ ഉറക്കത്തിലാണ് വിശ്രമമന്ദിരം. വല്ലപ്പോഴും ജില്ലാ കളക്ടറോ തഹസിൽദാരോ പി. ഡബ്ല്യൂ.ഡി എൻജിനീയറോ വരുമ്പോൾമാത്രം ഉറക്കമുണരുന്നു. അങ്ങനെയുള്ള ദിവസങ്ങളിൽ എല്ലാ മുറികളിലും വിളക്കുകൾ കത്തുന്നുണ്ടാവും. അകത്തും പുറത്തും ജനങ്ങളെക്കൊണ്ട് നിറഞ്ഞിരിക്കും. ഗെയ്റ്റിനു പുറത്ത് കാറുകളുടെ നിരയുണ്ടാകും. വരുന്ന ആളുടെ പദവിയും ഘനവുമനുസരിച്ച് സന്നാഹങ്ങളിൽ ഏറ്റക്കുറച്ചിലുണ്ടാവും.

ഞാനും ജയന്തിഭായിയും കയറിച്ചെല്ലുമ്പോൾ തോട്ടക്കാരനും അടുക്കളക്കാരനും കൂടാതെ രണ്ടോമൂന്നോ ആളുകളേ ഉണ്ടായിരുന്നുള്ളു. സാഹിബ് കുളിക്കുകയാണെന്ന് പ്യൂൺ അറിയിച്ചു. ഞങ്ങൾ സ്വീകരണമുറിയിൽ കാത്തിരുന്നു.

ഞങ്ങളെ മുഷിപ്പിക്കാതെ നായകൻ രംഗത്തുവന്നു. മെലിഞ്ഞുനീണ്ട മനുഷ്യൻ. വളരെ നേർത്ത മീശ. മുപ്പത്തഞ്ചിനോടടുത്ത പ്രായം.

ജയന്തിഭായ് പരിഭ്രമംകൊണ്ട് വീർപ്പുമുട്ടുകയായിരുന്നു. ആദ്യം പരിചയപ്പെടുത്തിയത് എന്നെയാണ്. ഞാൻ ഇടയിൽകയറി പറഞ്ഞു.

ഇദ്ദേഹം ജയന്തിലാൽ ഗാന്ധി. മില്ലിന്റെ മാനേജർ.

എന്റെ അച്ഛനും അമ്മയുമൊക്കെ പാലക്കാട്ട്നാണ്. ഞാൻ ജനിച്ചതും വളർന്നതും പഠിച്ചതും മാട്ടുംഗയിൽ. വി.ജെ.ടി.ഐയിൽ നിന്നാണ് എഞ്ചിനീയറിംഗ് പാസ്സായത്. മെക്കാനിക്കൽ എഞ്ചിനീയറിംഗ്.

എന്റെ മനസ്സ് തണുത്തു.

കൃഷ്ണൻ പിന്നീട് എന്റെ വിവരങ്ങൾ തിരക്കി.

മില്ലിലുണ്ടായ അപകടത്തെക്കുറിച്ചും അതിനിടയാക്കിയ സാഹചര്യങ്ങളെക്കുറിച്ചും വിശദമായി അന്വേഷിച്ചു.

ശരി, ഞാൻ നാളെ വരാം.

വണ്ടി കൊടുത്തയയ്ക്കട്ടെ സാർ? ജയന്തിഭായ് ചോദിച്ചു.

വണ്ടിയും കാളയുമൊന്നും വേണ്ട. ഞാൻ വന്നോളാം.

പറഞ്ഞതുപോലെ കൃത്യം പത്തുമണിക്ക് കൃഷ്ണൻ വന്നു. അപകടസ്ഥലം സന്ദർശിച്ചു. എല്ലാ യന്ത്രോപകരണങ്ങളും പരിശോധിച്ചു. നോട്ടുകൾ കുറിച്ചെടുത്തു. കൃഷ്ണനുവേണ്ടി പ്രത്യേകം ഉച്ചഭക്ഷണം ഒരുക്കി. പോകുമ്പോൾ എന്നോട് പറഞ്ഞു.

ഇനി ഔറംഗബാദിലേക്കു വരൂ. അജന്തയും എല്ലോറയുമൊക്കെ കാണാം. പിന്നെ ഇതിൽ എനിക്ക് ഒരു കാര്യമേ ചെയ്യാനാവൂ. ഇയാളെ കോടതികയറ്റാതെ നോക്കാം. പക്ഷേ, ഈ മശിരമ്മാരെ വെറുതെ വിടുന്നത് ശരിയല്ല. ഞാനാലോചിക്കട്ടെ.

സാബ്, മിൽ കബി ചാലൂ കർ സക്താ ഹൈ? (മില്ല് എപ്പോൾ തുടങ്ങാം?)

ജയന്തിഭായ് ചോദിച്ചു.

കൽ സേ (നാളെ മുതൽ).

അയാൾ ജീപ്പിൽ കയറി പൊടിപറത്തിക്കൊണ്ട് യാത്രയായി.

വളരെ ദിവസത്തിനുശേഷം ജയന്തിലാൽ ഗാന്ധി ചിരിച്ചു. എന്റെ കൈപിടിച്ചുകൊണ്ട് നന്ദി പ്രകടിപ്പിച്ചു.

ഇൻസ്പെക്ടർസാബ് നിങ്ങളുടെ നാട്ടുകാരനായത് അനുഗ്രഹമായി. ഇല്ലെങ്കിൽ ഞാൻ വലഞ്ഞേനെ.

പത്തൊമ്പത്

രാചപ്പ ഹത്തേ

ഗുജറാത്തികൾ പാചകക്കാരനെ 'മഹാരാജ്' എന്നാണ് പറയുക. അന്നം ദൈവമായതുകൊണ്ടായിരിക്കാം അതു നൽകുന്നവനെ മഹാരാജാവാക്കിയത്. പണ്ട് പ്രൈമറിക്ലാസിൽ പഠിച്ച പദ്യം ഞാനോർമ്മിച്ചു:

രാജാവെന്നാലാരമ്മേ
രാജാവീശ്വരനെന്മകനേ.

എന്തായാലും വിശക്കുമ്പോൾ ഭക്ഷണം തരുന്നയാളെ മഹാരാജാവായി കരുതുന്നതിൽ വലിയ അപാകത തോന്നുന്നില്ല. പ്രത്യേകിച്ച് ഞങ്ങളുടെ മഹാരാജാവായിരുന്ന മനിഭായിയുടെ കാര്യത്തിൽ. അത്രയും സാത്വികനും വിശുദ്ധി നിറഞ്ഞവനുമായ ഒരു മനുഷ്യനെ അതിനു മുമ്പും പിമ്പും ഞാൻ കണ്ടുമുട്ടിയിട്ടില്ല.

മനിഭായി മനുഷ്യരെ മാത്രമല്ല സ്നേഹിച്ചത്. ഈ പ്രപഞ്ചത്തിലുള്ള സമസ്തജീവജാലങ്ങളേയും ഒരേ തീവ്രതയോടെ സ്നേഹിച്ചിരുന്നു. ഞങ്ങൾക്ക് ഭക്ഷണം തരുന്നതോടൊപ്പം മനിഭായ് പട്ടിക്കും പൂച്ചക്കും, കാക്കയ്ക്കുമൊക്കെ ഭക്ഷണം കൊടുത്തിരുന്നു. മുല്ലയോടും അശോകച്ചെത്തിയോടും ചെമ്പരത്തിയോടും അദ്ദേഹം മണിക്കൂറുകളോളം സംവദിക്കുമായിരുന്നു. ഐഹികസുഖവാഞ്ഛകളെ അദ്ദേഹം തീണ്ടാപ്പാടകലെ നിർത്തി. ഉള്ളതെല്ലാം മറ്റുള്ളവർക്ക് ദാനംചെയ്ത് അവരുടെ സുഖൈശ്വര്യങ്ങളിൽ സ്വജീവിതാനന്ദം കണ്ടെത്തി. ഒരു മനുഷ്യന് എങ്ങനെ ഇത്രയ്ക്ക് നിർമ്മോഹിയും നിരാസക്തനും ആകാൻ കഴിയുന്നു എന്ന് ഞാൻ അദ്ഭുതപ്പെടാറുണ്ട്. വൈകുന്നേരം പച്ചക്കറി വാങ്ങാൻ പോകാറുള്ള മനിഭായ് സ്വന്തം കാശു മുടക്കി വഴിയിൽ കാണുന്ന കുട്ടികൾക്കൊക്കെ മധുരപലഹാരങ്ങൾ വിതരണംചെയ്യുക പതിവാണ്. അപ്പോഴൊക്കെ ഞാൻ മഹാകവി പി. കുഞ്ഞിരാമൻ നായരെ ഓർക്കാറുണ്ട്. പുസ്തകങ്ങളുടെ പകർപ്പവകാശം വിറ്റുകിട്ടിയ പണം കൊണ്ട് മിഠായിയും മധുരപലഹാരങ്ങളും വാങ്ങി പോക്കറ്റിൽനിറച്ച് ഗുരുവായൂരമ്പലനടയിൽ ചെന്ന് കുട്ടികൾക്ക് വാരിക്കോരികൊടുക്കാറുള്ള

കവി. ഒറ്റപ്പാലത്തോ മറ്റോ നടന്ന സാഹിത്യപരിഷത്ത് സമ്മേളനത്തിൽ പി. കുഞ്ഞിരാമൻ നായർ ഒരു പൊളിഞ്ഞ ബാങ്കാണെന്ന് ഉദ്ഘോഷിച്ച കവി. കവിക്ക് പക്ഷേ, നാടുനീളെ സംബന്ധമുണ്ടായിരുന്നു എന്നു കേട്ടിട്ടുണ്ട്.

എന്നാൽ മനിഭായിക്ക് ആ വക ദൗർബ്ബല്യങ്ങളുമുണ്ടായിരുന്നില്ല. തികഞ്ഞ സംയമിയായിരുന്നു. അതികോമളനെങ്കിലും അവിവാഹിതൻ. ഭക്ഷണം പാകംചെയ്യുന്ന സമയമൊഴിച്ചാൽ പൂജയിലും ധ്യാനത്തിലും മാത്രം മുഴുകിയിരിക്കുന്ന ആൾ. ശിശുസഹജമായ പ്രസന്നതയും നിഷ്കളങ്കതയും. എന്റെ നാലരക്കൊല്ലത്തെ താമസത്തിനിടയിൽ മനിഭായ് ഒരിക്കൽപോലും ദേഷ്യപ്പെട്ടു കണ്ടിട്ടില്ല. ഒരു ദിവസംപോലും സുഖമില്ലാതെ കിടന്നിട്ടില്ല.

ഞങ്ങളെ ചുറ്റും ഇരുത്തിയാണ് അദ്ദേഹം റൊട്ടി ചുടാനാരംഭിക്കുക. ചൂടുള്ള റൊട്ടി നെയ്പുരട്ടി ഓരോരുത്തർക്കുമായി കൊടുക്കും. അദ്ദേഹമപ്പോൾ ഒരു യന്ത്രമായി മാറുന്നതായി എനിക്കു തോന്നാറുണ്ട്. അത്രകൃത്യതയോടെയാണ് കൈകളുടെ ചലനം. വിഭവങ്ങൾ അധികമില്ലെങ്കിലും വളരെ സ്വാദിഷ്ടമായ ഭക്ഷണമാണ് മനിഭായ് തയ്യാറാക്കുന്നത്.

മനിഭായ് ഉറങ്ങാറുണ്ടോ എന്നകാര്യത്തിൽ ആദ്യമാദ്യം എനിക്ക് ബലമായ സംശയമുണ്ടായിരുന്നു. ഞാൻ പ്ലാന്റിൽനിന്ന് രാത്രി പന്ത്രണ്ടു മണിക്ക് വന്നാലും ഒരുമണിക്ക് വന്നാലും മനിഭായിയുടെ മുറിയിൽ വെളിച്ചമുണ്ടാകും. പുറത്തു കാൽപെരുമാറ്റം കേട്ടാൽ മനിഭായ് വന്നു ചോദിക്കും.

സാഹിബ്, ചായയോ കാപ്പിയോ മറ്റോ?

വേണ്ട എന്ന മറുപടി പറയുമ്പോഴേക്കും പ്രസാദം കൊണ്ടുതരും. പേഡയും തേങ്ങാക്കഷ്ണവും. അവിടെ വരുന്നവർക്കെല്ലാം മനിഭായിയുടെ പ്രസാദമുണ്ട്. നിത്യവും വരുന്ന നൂറുകണക്കിന് കൃഷിക്കാർക്കും മില്ലിൽ ജോലിക്കു വരുന്നവർക്കും മനിഭായി പ്രസാദം നൽകുന്നു. ആർക്കെങ്കിലും എന്തെങ്കിലും കാരണവശാൽ കൊടുക്കാൻ കഴിയാതിരുന്നാൽ മഹാരാജാവിനു സങ്കടമാണ്.

ഒരു ദിവസം പാതിര കഴിഞ്ഞ നേരത്ത് പേഡയുടെ മധുരം നുണഞ്ഞുകൊണ്ട് ഞാൻ ചോദിച്ചു, മനിഭായ് ഉറങ്ങാറില്ലേ?

അദ്ദേഹം ചിരിച്ചു, ഉവ്വ്, മൂന്നു നാലു മണിക്കൂർ.

ധാരാളം അപൂർവ്വതകളും വൈശിഷ്ട്യങ്ങളുമുള്ള ഒരസാധാരണ വ്യക്തിയായിരുന്നു മനിഭായ്. ബാല്യത്തിൽ തന്നെ അച്ഛനമ്മമാർ നഷ്ടപ്പെട്ട അദ്ദേഹത്തിന് കൂടപ്പിറപ്പുകളുണ്ടായിരുന്നില്ല. അതുകൊണ്ടാവാം

പ്രപഞ്ചത്തിലെ സർവ്വചരാചരങ്ങളേയും സഹോദരഭാവേന കാണാൻ കഴിയുന്നത്.

“താൻ ചെയ്യുന്ന പ്രവൃത്തികളുടെ നന്മതിന്മകളൊഴിച്ച് എനിക്കിവിടുന്ന് ഒന്നും കൊണ്ടുപോകാനില്ല എന്നാണ് മനിഭായി പറയാറ്. മാത്രമല്ല, പ്രവൃത്തിയും ജീവിതചര്യകളും അതുപോലെതന്നെയായിരുന്നു. എന്റെ ഓർമ്മകളിൽ അദ്ദേഹത്തിന്റെ ചിത്രം മറഞ്ഞുപോകാത്തവിധം മുദ്രണം ചെയ്യപ്പെട്ടിരിക്കുന്നു. നാലു പതിറ്റാണ്ടുകൾക്കുശേഷവും ആ ചിത്രത്തിന് അശേഷം മങ്ങലേറ്റിട്ടില്ല.

ഇതിൽ നിന്ന് തികച്ചും വിഭിന്ന പ്രകൃതിയായ ഒരാളേയും അവിടെ വച്ചു കണ്ടുമുട്ടുകയുണ്ടായി - രാചപ്പ ഹത്തേ.

ഞാൻ ജോലിചെയ്യുന്ന പ്ലാന്റും, മില്ലും ഗോഡൗണുകളും സ്ഥാപിച്ചിരുന്നത് രാചപ്പ ഹത്തേ എന്ന ലിംഗായത്ത് വംശജന്റെ ഭൂമിയിലായിരുന്നു. കർണ്ണാടകത്തിലെ ലിംഗായത്ത് വംശജർ വലിയ ഭൂവുടമകളും സ്ഥാനികളും അധികാരം കയ്യാളുന്നവരുമായിരുന്നു. കർണ്ണാടകത്തിൽ നിന്ന് മറാത്ത്‌വാഡയിലേക്ക് കുടിയേറിപ്പാർത്ത് രാചപ്പ ഹത്തേ ഇവിടേയും ഭൂമികൾ കയ്യടക്കി ജന്മിയായി തന്നെ തുടർന്നു. നാട്ടുകാരും, സേവകരും, ആശ്രിതരും അയാളെ അപ്പാ സാഹിബ് എന്ന് വിളിച്ചു. കറുത്ത് ഉയരം കുറഞ്ഞ മനുഷ്യൻ. അരവിന്ദ് മിൽസിന്റെ വിലകൂടിയ ധോത്തിയും സിൽക്ക് ജുബ്ബയുമാണ് സ്ഥിരം വേഷം. തലയിൽ നിന്ന് ഒരിക്കലും മാറ്റാത്ത ഗാന്ധിതൊപ്പിയും. അപ്പാ സാഹിബിന്റെ കൈവിരലുകളിലെ രത്നമോതിരങ്ങളുടെ തിളക്കം ഇപ്പോഴും എന്റെ ഓർമ്മകളിൽ വെളിച്ചം പൊഴിക്കുന്നു.

അപ്പാ സാഹിബ്ബിന് എത്ര ഭാര്യമാരുണ്ടായിരുന്നു എന്ന് എനിക്കാരും പറഞ്ഞുതന്നില്ല. അന്ന്, നാലുപതിറ്റാണ്ടുകൾക്കു മുമ്പ്, ലാത്തൂരിൽ, അധഃസ്ഥിതനായാലും, മദ്ധ്യവർത്തിയായാലും വരേണ്യനായാലും ബഹുഭാര്യാത്വം അന്തസ്സിന്റെ ചിഹ്നമായിട്ടാണ് കരുതപ്പെട്ടിരുന്നത്. മില്ലിലെ വാച്ച്മേനായിരുന്ന ധോണ്ടിബയ്ക്ക് രണ്ടു ഭാര്യമാരുണ്ടായിരുന്നു. മൂത്തവളുടെ പ്രസവശുശ്രൂഷയ്ക്കുവന്ന അനിയത്തിയേയും അയാളെടുത്തു. മൂത്തവൾ പ്രസവിച്ചെഴുന്നേൽക്കുമ്പോഴേക്കും അനിയത്തിയെ പ്രസവത്തിന്റെ പാതയിലെത്തിച്ചു.

ലോറി ഡ്രൈവറായിരുന്ന വിത്തൽ റാവുവിന് രണ്ട് ഭാര്യമാരുണ്ടായിരുന്നു. രണ്ടിലും കുട്ടികളുണ്ടായിരുന്നില്ല. ഒരു ദിവസം ഗുൽബർഗയിൽ നിന്ന് വരുമ്പോൾ ലോറിയുടെ മുൻസീറ്റിൽ ഒരു സ്ത്രീയുണ്ടായിരുന്നു. വിത്തൽ റാവുവിന്റെ മൂന്നാമത്തെ ഭാര്യ. യാത്രകൾക്കിടയിൽ സ്ഥിരമായി ചായയും നാസ്തയും കഴിക്കാറുള്ള കടയുടമസ്ഥന്റെ ഭാര്യയെ ഒരു കപ്പോ സോസറോ എടുത്തുകൊണ്ട് പോരുന്ന നിഷ്പ്രയാസതയോടെ വിത്തൽ

റാവു പൊക്കി. ആരും അയാളോട് ചോദ്യങ്ങൾ ചോദിച്ചില്ല. അയാളിൽ പഴിചാരിയില്ല. ഇന്നും ഈ പുതിയ നൂറ്റാണ്ടിലും സ്ത്രീപീഡനവും സ്ത്രീകൾക്കുനേരെയുള്ള അക്രമങ്ങളും നടത്തുന്നുണ്ടെങ്കിലും അവയ്ക്കെതിരായി കർശനനിയമങ്ങളുണ്ട്. എന്നാൽ ലാത്തൂരിൽ അന്ന് സ്ത്രീ ഏറ്റവും വിലകുറഞ്ഞ ഒരു ഉപഭോഗവസ്തുവായിട്ടാണ് കരുതപ്പെട്ടിരുന്നത്. അതിനെതിരെ ശബ്ദിക്കാനുള്ള വിദ്യാഭ്യാസവും തന്റേടവുമുള്ള സ്ത്രീകൾ ദുർലഭമായിരുന്നു. അതുകൊണ്ട് രാചപ്പഹത്തേ എന്ന ജന്മിക്ക് മൂന്നോ നാലോ ഭാര്യമാരുണ്ടെങ്കിൽ അതായളുടെ കൃഷിഭൂമികൾക്കും സമ്പത്തിനും ആനുപാതികമാണെന്നെ ആരും കരുതൂ.

അപ്പാ സാഹിബിനെ ഞാനാദ്യമായി കാണുന്നത് തികച്ചും സ്ഫോടനാത്മകമായ ഒരന്തരീക്ഷത്തിലാണ്. പതിനൊന്നുമണിക്ക് പതിവുള്ള ചായകുടിക്കാൻ പ്ലാന്റിൽനിന്നും വരുമ്പോൾ ഓഫീസിൽ ശബ്ദങ്ങൾ പൊട്ടിത്തെറിക്കുന്നു. ഉറക്കെ ഒച്ചവെക്കുന്നവർ അപ്പാ സാബിബും ജയന്തിഭായിയും.

ഇനി ദീവാളിക്കുമുമ്പ് ഒരു പൈസയും തരില്ലെന്ന് ജയന്തിഭായ്.

അമ്പതിനായിരം ഉറുപ്പിക ഇപ്പോൾ തന്നില്ലെങ്കിൽ നാളെ മുതൽ മില്ല് പ്രവർത്തിക്കില്ലെന്ന് അപ്പാ സാഹിബ്.

നിങ്ങൾ മൂന്നു ലക്ഷം രൂപ മുൻകൂറായി പറ്റിക്കഴിഞ്ഞു. ഇനി ഒരു ചില്ലിക്കാശ് ഞാൻ തരില്ല. മില്ല് നടത്താതിരിക്കാൻ പറ്റുമെങ്കിൽ അതൊന്ന് നോക്ക്. "ദംദാട്ടി ദേത്താഹേ ക്യാ?"

"നീ ബനിയയാണെങ്കിൽ ഞാൻ ലിംഗായത്താണ്. വേലയൊന്നും എന്റെ അടുത്തു വേണ്ട. എനിക്ക് നിങ്ങളുടെ കണക്കും കുണുക്കും കേൾക്കണ്ട. അതൊക്കെ മുനിംജി ചോപഡിയിൽ എഴുതട്ടെ. എനിക്ക് അമ്പതിനായിരം രൂപ ഇന്നു കിട്ടണം. തരുന്നോ ഇല്ലയോ?"

"ഒരു പൈസപോലും തരില്ലെന്ന് ഞാൻ പറഞ്ഞില്ലേ."

അപ്പാ സാഹിബ് മുറിവേറ്റ വന്യമൃഗത്തെപ്പോലെ ജയന്തിഭായിയെ ക്രുദ്ധനായി നോക്കി മുരണ്ടുക്കൊണ്ട് ഇറങ്ങിപ്പോയി.

ജയന്തിഭായ് നെറ്റിയിലെ വിയർപ്പ്തുടച്ച് പരിക്ഷീണനായി കസേരയിലിരുന്നു.

എന്നത്തേയുംപോലെ ജയന്തിഭായിയോട് സൊള്ളാൻപറ്റിയ സന്ദർഭമല്ലാ അതെന്നു കരുതി കുത്തനെ പ്ലാന്റിലേക്ക് നടക്കാൻ ഭാവിച്ച ഞാൻ പിൻവിളി കേട്ടു.

'സാഹിബ്, സൂ ഥയൂ? ആവോ നാ. ബേസോ.'

(എന്തുപറ്റീ സാബ്. വരൂ, ഇരിക്കൂ.)

“നിങ്ങളുടെ മൂഡ് ശരിയല്ലെന്നു കരുതി ഞാനൊഴിവായതാണ്.”

“ഛോഡോ നാ. യേ തോ റോജ്നാ മാത്താക്കുട് ഛേ.”

(വിട്ടു കളയൂ. ഇത് എല്ലാദിവസവുമുള്ള തലവേദനയാണ്.)

പ്രശ്നമെന്താണ്, ഞാൻ വെറുതെ ചോദിച്ചു.

“പ്രശ്നം പണത്തിന്റെതന്നെ. അപ്പയ്ക്ക് ദിവസവും പണം വേണം.”

“കൊടുത്തോ?”

“കൊടുത്തിട്ടില്ല. കൊടുക്കേണ്ടിവരും. ഒഴിയാബാധയാണ്. എത്ര പറ്റുന്നു എന്നൊന്നും ആലോചിക്കില്ല. പണത്തിനു മുട്ടുവരുമ്പോൾ ഇവിടെ വന്ന് ബഹളമുണ്ടാക്കും.”

“ഇന്നത്തെ നാടകം കഴിഞ്ഞോ?”

“ഇല്ല്യ. ഇടഞ്ഞുപോയിരിക്കയാണ്.”

അന്ന് ഉച്ചയ്ക്കുശേഷം അപ്പാ സാഹിബ് ഗാദിയിൽ ചടഞ്ഞിരുന്ന് ജയന്തിഭായിയോടൊപ്പം ചായകുടിക്കുന്നത് ഞാൻ കണ്ടു. കപ്പു പിടിച്ചിരുന്ന കൈവിരലിലെ രത്നമോതിരം പോക്കുവെയിലേറ്റ് ചുമരിൽ വർണ്ണചിത്രങ്ങൾ വരച്ചിരുന്നു. അപ്പയുടെ മുഖം തിളങ്ങിയിരുന്നില്ല. കത്തിയമർന്ന് ചിതപോലെയായിരുന്നു.

വൈകുന്നേരം ഞാൻ ജയന്തിഭായിയോടു ചോദിച്ചു.

“അപ്പയെ പ്രസാദിപ്പിച്ചുവോ?”

“ചോദിച്ചതിൽ പകുതി കൊടുത്തു. ബാക്കി വാങ്ങാൻ അടുത്തമാസം കോലാഹലമുണ്ടാവും.”

കാലത്തും വൈകുന്നേരവും അപ്പാ സാഹിബ് തന്റെ കൃഷിയിടങ്ങളിലും പറമ്പിലും പര്യവേഷണം നടത്തും. കൂടെ ഒന്നോ രണ്ടോ അനുചരന്മാരുമുണ്ടാവും. അനേകം ഏക്കർ വിസ്താരമുള്ള ഭൂമിയിൽ എല്ലാതരം കൃഷികളും ഉണ്ടായിരുന്നു. നിലക്കടല, നെല്ല്, ചോളം, കരിമ്പ്, പച്ചക്കറികൾ.....

പണം കൈപറ്റിയ സന്തോഷം വറ്റിത്തീരുന്നതിനുമുമ്പ് അപ്പാ സാഹിബിന്റെ വയലുകളിലേക്ക് ഞങ്ങൾ ഉല്ലാസയാത്ര പോകാറുണ്ട്. നിലക്കടലയും കരിമ്പും പിഞ്ചുവെള്ളരിക്കയും ഞങ്ങൾ മതിവരുവോളം തിന്നാണ് മടങ്ങാറ്.

ആ കൊല്ലം ദീവാളിക്ക് ലക്ഷ്മീപൂജയിൽ പങ്കെടുക്കാൻ ഞങ്ങളെല്ലാം അപ്പാ സാഹിബിന്റെ വീട്ടിൽ പോയി.

വമ്പിച്ച ഭൂസ്വത്തുള്ള ജന്മിക്ക് ഒട്ടും ഇണങ്ങാത്ത ഒരു ചെറിയ വീട്.

ഞാൻ ചോദ്യരൂപത്തിൽ ജയന്തിഭായിയുടെ മുഖത്തുനോക്കി.

ഇയാളുടെ പ്രാചീനമായ തറവാട് അങ്ങ് കർണ്ണാടകത്തിലാണ്. അവിടെ ഇപ്പോഴും പണ്ടത്തെ പ്രൗഢിയും പ്രതാപവുമുണ്ട്. ഇത് ഒരു ഫാം ഹൗസായിട്ടേ കരുതുന്നുള്ളൂ.

സത്ക്കാരപ്രിയനായിരുന്നു അപ്പ. ഞങ്ങളുടെ മുമ്പിൽ വിവിധതരം മധുരപലഹാരങ്ങൾ നിരന്നു. അടുത്തുവന്നിരുന്ന് അപ്പ ഓരോരുത്തരേയും നിർബന്ധിച്ച് തീറ്റാൻ തുടങ്ങി. അന്ന് ജയന്തിഭായിയെ കടിച്ചുകീറാൻ പല്ലും നഖവും പുറത്തെടുത്ത മനുഷ്യനെങ്ങനെ മുയലിന്റെ ശാന്തത കൈവന്നു?

തിരിച്ചുപോരുമ്പോൾ ഞാൻ ജയന്തിഭായിയോടു ചോദിച്ചു.

അപ്പയ്ക്ക് എത്ര ഭാര്യമാരുണ്ട്?

ഒന്ന്, ഒന്നുമാത്രം. സ്ത്രീ അപ്പയുടെ ദൗർബ്ബല്യമല്ല. മറ്റൊരു മാന്യത കൂടിയുണ്ട്, അപ്പ മദ്യപാനിയല്ല.

ഞാൻ ചിരിച്ചു.

ഇരുപത്
നാൽവർ

പ്ലാന്റിന്റെ പ്രധാന ഓപ്പറേറ്റർമാർ നാലു പേരാകുന്നു. സക്കാറാം, ഭാനു, ശ്രീജിത്ത്, ലക്ഷ്മൺ. പ്ലാന്റിലെ പണി കഴിഞ്ഞാൽ ബാക്കി സമയം മഹാരാജാവിന്റെ സഹായിയാണ് ലക്ഷ്മൺ. നാലുപേരും മില്ലിലെ ചാലു കളിലാണ് താമസിച്ചിരുന്നത്. ഇവർ മാത്രമല്ല, 'ഹമാലുകൾ' എന്നറിയ പ്പെടുന്ന ചുമട്ടുകാരും മില്ലിന്റെ ചുറ്റുവട്ടത്തു തന്നെയായിരുന്നു താമസം. ജോലിസമയം എട്ടുമണിക്കൂർ എന്നു ക്ലിപ്തപ്പെടുത്തിയിരുന്നെങ്കിലും അത് എല്ലാവരുടെ കാര്യത്തിലും കൃത്യമായി പാലിച്ചിരുന്നില്ല.

പ്ലാന്റിലെ ഓപ്പറേറ്റർമാർ നാല് മറാത്തികളായിരുന്നു. ലക്ഷ്മണനൊ ഴിച്ചുള്ളവരെല്ലാം എന്നെപ്പോലെ കറുത്ത നിറക്കാരായിരുന്നു. അവർക്ക് മറാത്തിയൊഴിച്ച് ഒരു ഭാഷയും നിശ്ചയമില്ലായിരുന്നു. എനിക്കാണെങ്കിൽ ഹിന്ദിയും മറാത്തിയും ഒരുപോലെ. രണ്ടും അറിഞ്ഞുകൂടാ. ഇത് ആശ യവിനിമയത്തിന് പലപ്പോഴും തടസ്സമായി. ഒരു വാൽവ് തിരിക്കണമെ ങ്കിൽ ഞാൻ വാൽവിന്റെ അടുത്ത് ചെന്നുനിന്ന് ഓപ്പറേറ്ററെ വിളിച്ചു വരുത്തി കാണിച്ചു കൊടുക്കേണ്ട ഗതികേടായിരുന്നു, തുടക്കത്തിൽ. എന്തായാലും ഞാൻ മറാത്തി പഠിക്കുന്നതിനു മുമ്പ് എന്റെ ഓപ്പറേറ്റർമാർ ഹിന്ദി പഠിച്ച് അവരുടെ മിടുക്ക് തെളിയിച്ചു. ജോലി പഠിക്കുന്നതിലും ചെയ്യുന്നതിലും സക്കാറാമും ഭാനുവും സമർത്ഥന്മാരായിരുന്നു. ലക്ഷ്മ ണൻ പഞ്ചപാവം. ശ്രീജിത്ത് ഒരു മന്തൻമയങ്ങി. ഇങ്ങനെ നാലുപേരേയും അവരുടെ സഹായികളേയും വെച്ചുകൊണ്ട് കത്തിപ്പിടിക്കാനും പൊട്ടി ത്തെറിക്കാനും സാദ്ധ്യതയുള്ള ഒരു പ്ലാന്റിന്റെ ചുമതല ഞാനെന്തിന് ഏറ്റെടുത്തു എന്ന്, തിരിഞ്ഞുനോക്കുമ്പോൾ അദ്ഭുതം തോന്നുന്നു. വരും വരായ്കകളെക്കുറിച്ച് വേണ്ടത്ര വിവേചനമില്ലാത്തതുകൊണ്ടാവാം. സാമാന്യം ഭേദപ്പെട്ട ശമ്പളത്തിന്റേയും ജീവിതസൗകര്യങ്ങളുടേയും പ്രലോഭനമാവാം. ഓസയുടെ ഉപദേശങ്ങളുടെ സ്വാധീനമാവാം. എന്താ യാലും ഞാൻ ആ ചെറിയ സ്ഥലത്തേയും അവിടുത്തെ ആർഭാടമില്ലാത്ത ജീവിതത്തെയും വക്രതയില്ലാത്ത മനുഷ്യരെയും ഇഷ്ടപ്പെട്ടു.

ഒരുദിവസം എനിക്കു ദാഹിച്ചപ്പോൾ സക്കാറാമിനോട് ഒരു ഗ്ലാസ്സ് വെള്ളം കൊണ്ടുവരാൻ പറഞ്ഞു. എന്നാൽ വെള്ളം കൊണ്ടുവന്നത് ലക്ഷ്മണനാണ്. എനിക്ക് പ്രത്യേകിച്ച് അപാകതയൊന്നും തോന്നിയില്ല. ചായയും വെള്ളവുമൊക്കെ കൊണ്ടുവരുന്ന ചുമതല അവനായിരിക്കാം എന്നു കരുതി.

മറ്റൊരവസരത്തിൽ വിശപ്പ് തോന്നിയപ്പോൾ പുറത്തുപോയി ലാത്തൂരിലെ ഏക ഉഡുപ്പി ഹോട്ടലിൽനിന്ന് മസാലദോശ കൊണ്ടുവരുവാൻ സക്കാറാമിനോട് പറഞ്ഞു. അവൻ സൈക്കിളിൽ എല്ലായിടത്തും പറന്നു നടക്കുന്നവനായതുകൊണ്ടാണ് അവനെ ഏല്പിച്ചത്. എന്നാൽ അവൻ നിന്നു പരുങ്ങുന്നതും വിഷമിക്കുന്നതും കണ്ടപ്പോൾ ഞാൻ കാര്യം തിരക്കി.

ഞാൻ കൊണ്ടുവരുന്നത് സാബ് കഴിച്ചുകൂടാ. ഞാൻ ലക്ഷ്മണനെ വിളിച്ചിട്ടു വരാം.

'ലക്ഷ്മൺ നൈറ്റ് ഷിഫ്റ്റ് കഴിഞ്ഞ് ഉറങ്ങുകയാവില്ലേ. അവനെ ശല്യ പ്പെടുത്തേണ്ട. നിനക്കു പോവാനെന്താ മടി?'

'സാബ്, മടിയൊന്നുമില്ല. ഞാൻ ഹരിജനാണ്. സാഹിബിനു തിന്നാ നുള്ളത് ഞാൻ കൊണ്ടുവന്നാൽ എന്നെ ഇവിടെയുള്ളവർ തല്ലി ക്കൊല്ലും.'

അവന്റെ മറുപടി എന്നെ വിസ്മയിപ്പിച്ചു. മഹാത്മാഗാന്ധിയുടെ രാജ്യത്ത് ഇപ്പോഴും ഹരിജനങ്ങൾ അസ്പൃശ്യരോ? ഞാൻ തെല്ലിട മൗനംപൂണ്ടു.

'എന്തായാലും നീ പോയി കൊണ്ടുവാ. അത് തിന്നാൽ എനിക്കെ ന്തെങ്കിലും സംഭവിക്കുമോ എന്നറിയാമല്ലോ.'

ഞാൻ പറഞ്ഞത് നിരസിക്കാനുള്ള വിഷമം ഒരുവശത്ത്, സമൂഹ ത്തിന്റെ വിലക്കുകളെ അതിലംഘിക്കാനുള്ള അധൈര്യം മറുവശത്ത്. അവയ്ക്കിടയിൽപ്പെട്ട് സക്കാറാം ഞെരുങ്ങുന്നത് ഞാൻ മനസ്സിലാക്കി. അതേസമയം അവന്റെ മനസ്സിൽ വേരുറച്ചുപോയ അധമബോധത്തെ പിഴുതെറിയാനായില്ലെങ്കിലും ഒന്നു പിടിച്ചുകുലുക്കുകയെങ്കിലും വേണ മെന്ന് എനിക്ക് നിർബന്ധവും. ഞാൻ സക്കാറാമിനോട് സാവകാശം പറഞ്ഞു.

'ഇവിടെയുള്ളവർക്ക് നീ ഒന്നും കൊണ്ടുകൊടുക്കേണ്ട. ഞാൻ അന്യനാട്ടുകാരനല്ലേ. കുഴപ്പമൊന്നുമുണ്ടാവില്ല.'

'ജയന്തിസേട്ട് അറിഞ്ഞാൽ എന്നെ ജോലിയിൽനിന്ന് പിരിച്ചുവിടും. എന്റെ കഞ്ഞികുടി മുട്ടും.'

'നീ ഭയപ്പെടേണ്ട. ജയന്തിഭായിയോട് ഞാൻ പറഞ്ഞോളാം...'

അവന് എന്റെ ഉറപ്പ് ഉറപ്പായിട്ട് തോന്നിയില്ല. എങ്കിലും സൈക്കിളിൽ കയറി പറന്നു.

അരമണിക്കൂർ കഴിഞ്ഞപ്പോൾ ലക്ഷ്മൺ മസാലദോശയുമായി വന്നു.

സക്കാറാം എവിടെ, ഞാൻ ചോദിച്ചു.

ലക്ഷ്മണൻ ഒന്നും പറയാനാവാതെ നിന്നു പരുങ്ങി. തെല്ലിട കഴിഞ്ഞ് അവൻ താഴ്മയോടെ പറഞ്ഞു.

'സാഹിബ്ബിന്, എന്ത് ആവശ്യമുണ്ടെങ്കിലും എന്നോടു പറഞ്ഞാമതി. ഞാൻ കൊണ്ടുവരാം. സക്കാറാം ഹീനജാതിയാണ്.'

ലക്ഷ്മണൻ പിന്നെ ഹീനജാതിക്കാരെ വരേണ്യവർഗ്ഗം എങ്ങനെയാണ് അകറ്റിനിർത്തുന്നതെന്നും അടക്കിഭരിക്കുന്നതെന്നുമൊക്കെ പറഞ്ഞു. അവർ താമസിക്കുന്ന ഹരിജൻ ബസ്തികളിൽ മേലാളർ കാല് കുത്താറില്ല. അവർക്കു വെള്ളമെടുക്കാനുള്ള കിണറുകൾ വേറെയാണ്. അവർ തൊട്ടതൊന്നും മേലാളർ തൊടാറില്ല. മേലാളരുടെ കിണറ്റിൽ നിന്നും അവർ വെള്ളം കോരിയാൽ അവരുടെ ബസ്തികൾ അഗ്നിക്കിരയാവും. എന്തിന്, ഈ മില്ലിൽതന്നെ നിസ്സാരകുറ്റങ്ങൾക്ക് അവരെ മരത്തിൽ കെട്ടിയിട്ട് അടിക്കാറാണു പതിവ്...

പിന്നീട് ഓഫീസ്മുറ്റത്തെ മരങ്ങളിലൊക്കെ കാണാത്ത ചോരപ്പാടുകളന്വേഷിച്ച് എന്റെ കണ്ണുകൾ സഞ്ചരിക്കാറുണ്ടായിരുന്നു.

എനിക്കു വെള്ളത്തിനും ചായയ്ക്കും അതുപോലെയുള്ള ചില്ലറ ആവശ്യങ്ങൾക്കും എപ്പോഴും ലക്ഷ്മണനെത്തന്നെ ആശ്രയിക്കുന്നത് അരോചകമായി തോന്നി. അതിനൊരറുതി വരുത്തണമെന്ന് ഞാൻ മനസ്സിലുറച്ചു. സക്കാറാമിനെ പരുവപ്പെടുത്തി എടുക്കാൻ കുറച്ചു സമയമെടുത്തെങ്കിലും അവൻ എന്റെ വഴിക്കു വന്നു. എനിക്ക് ആവശ്യമുള്ളതെന്തും വാങ്ങിക്കൊണ്ടുവരാൻ അവൻ സന്നദ്ധനായി. എന്നാൽ ശ്രീജിത്തിനോടും ഭാനുവിനോടും എന്റെ തന്ത്രങ്ങളും ഉപദേശങ്ങളും ഫലിച്ചില്ല. കാലാകാലങ്ങളായി അടിച്ചമർത്തപ്പെടുകയും അകറ്റിനിർത്തപ്പെടുകയും ചെയ്ത സമൂഹത്തിന്റെ ആചാരങ്ങളും അടിയായ്മയും ഭേദിക്കുവാൻ അവർ വിമുഖരായിരുന്നു. സ്വന്തം കഞ്ഞിയിൽ പാറ്റ വീഴുമെന്ന ഭയമായിരുന്നു അവരുടെ മനസ്സിൽ. ലാത്തൂരിന്റെ ആകാശത്തിനപ്പുറത്തുള്ള അനന്തവിസ്തൃതമായ ലോകത്തിനെക്കുറിച്ചും അവിടുത്തെ മനുഷ്യരെക്കുറിച്ചും അവർ അജ്ഞരായിരുന്നു.

എന്റെകൂടെ ബോംബെക്ക് വരുന്നോ എന്ന് ഞാൻ തമാശയിൽ ചോദിച്ചപ്പോൾ ശ്രീജിത്ത് തറപ്പിച്ചു പറഞ്ഞു.

ഇല്ലേയില്ല...

കാരണം തിരക്കിയപ്പോൾ അവനു പേടിയാണെന്നു മറുപടി.

ലാത്തൂരിനു പുറത്തുള്ളവരെയെല്ലാം അവൻ അകാരണമായി ഭയപ്പെട്ടു. തുടക്കത്തിൽ എന്നേയും ഭയപ്പെട്ടിരുന്നു. ഒരു ഹിംസ്രജന്തുവിനെ നോക്കുന്നതുപോലെയാണ് എന്നെ നോക്കിയിരുന്നത്. ഞാൻ മുറിഹിന്ദിയിൽ എന്തു ചോദിച്ചാലും അവൻ എന്നെ തുറിച്ചു നോക്കിക്കൊണ്ട് മുനിയെപ്പോലെ നിൽക്കും. മറ്റുള്ളവരൊക്കെ എന്നിൽനിന്ന് ഹിന്ദി പഠിച്ച് എന്നേക്കാൾ നന്നായി സംസാരിക്കാൻ തുടങ്ങിയിട്ടും ശ്രീജിത്ത് കഴുത്തറുത്താലും മറാത്തിയല്ലാതെ ഹിന്ദി പറയില്ല. അവനു പേടിയാണ്.

ഇരുപത്തൊന്ന്
ലക്ഷ്മണവിഷാദം

ലാത്തൂർ പണ്ട് ഹൈദരാബാദ് നൈസാമിന്റെ ഭരണത്തിലായിരുന്നു. നൈസാമിന്റെ സ്നേഹാദരങ്ങൾക്ക് പാത്രീഭൂതരായ പലരും പഴയ ഭരണത്തിന്റെ മേന്മകൾ അയവിറക്കി ഭൂതകാലത്തിൽ തന്നെ ജീവിച്ചു. നൈസാമിന്റെ സ്നേഹവും കാരുണ്യവും കവർന്നതോടൊപ്പം കിട്ടാവുന്നത്ര കൃഷിഭൂമികളും അവർ കയ്യടക്കിയിരുന്നു. ഈ കൃഷിഭൂമികളിൽ അദ്ധ്വാനിക്കുന്നതിനു വേണ്ടത്ര കീഴാളരേയും അവർ സംഘടിപ്പിച്ചു. താമസവും ഭക്ഷണവും നിസ്സാരമായ വേതനവും നൽകി അവർ നില നിർത്തിക്കൊണ്ടിരുന്ന കീഴാളരുടെ സമൂഹത്തിൽ ഭൂരിഭാഗവും ഹരിജനങ്ങളായിരുന്നു. പിന്നെ പരമദരിദ്രരായ മുസ്ലീങ്ങളും മറാത്തകളും. സ്വാതന്ത്ര്യാനന്തരമുണ്ടായ നാട്ടുരാജ്യങ്ങളുടെ സംയോജനത്തോടെ നൈസാം ഭരണം അവസാനിപ്പിക്കുകയും ലാത്തൂർ ഉൾപ്പെട്ട മറാത്ത്‌വാഡ മഹാരാഷ്ട്രയുടെ ഭാഗമാവുകയും ചെയ്തു. എങ്കിലും 'നൈസാംസാഹി'യുടെ പാരമ്പര്യം പൂർണ്ണമായും കൈവെടിയാത്ത ഒരു ജീവിതശൈലി ലാത്തൂരിൽ നിലനിന്നിരുന്നു. ഹിന്ദിയും ഉർദുവും അറിയാത്തവരായി കീഴാളരേ ഉണ്ടായിരുന്നുള്ളൂ. വരേണ്യവർഗ്ഗത്തിൽ പലർക്കും മദ്യവും മദിരാക്ഷികളും ദൗർബ്ബല്യമായിരുന്നു. യജമാനന്മാരുടെ രുചിഭേദങ്ങൾക്കനുസരിച്ച് അതൊക്കെ സംഘടിപ്പിക്കുവാൻ ആശ്രിതന്മാരുണ്ടായിരുന്നു. എണ്ണമില്ലുകളും പരുത്തിമില്ലുകളുമായിരുന്നു പ്രധാന വ്യവസായശാലകൾ. ഇവയുടെ ഉടമകൾ ഗുജറാത്ത്/ മാർവാഡി സേട്ടുമാരും. ഓരോ വ്യവസായശാലയോടനുബന്ധിച്ചും ചാലുകളും അവയിൽ താമസിക്കുന്ന തൊഴിലാളികളും ഉണ്ടായിരുന്നു. തൊഴിൽപ്പടയെ ഇങ്ങനെ തളച്ചിടുന്നതുകൊണ്ട് മുതലാളിമാർക്കു പല പ്രയോജനങ്ങളുമുണ്ടായിരുന്നു. ഒന്ന്, രാപ്പകൽ ഭേദമന്യേ വിളിപ്പുറത്ത് ലഭിക്കുന്ന ആശ്രിതരും വേലക്കാരും. രണ്ട്, വീടും കുടിയും നഷ്ടപ്പെടുമെന്നുള്ള ഭയംകൊണ്ട് സംഘം ചേരാനോ അവകാശങ്ങൾ ചോദിച്ചു വാങ്ങാനോ ഭയപ്പെടുന്നവരുടെ വിധേയത്വം. മൂന്ന്, അത്യാവശ്യത്തിന് ഉപയോഗിക്കാവുന്ന 'ഉരുപ്പടികളുടെ' സുലഭത.

ലക്ഷ്മൺ ചാലിൽ താമസിക്കുന്നവനായിരുന്നു. വളരെ ഉയരം കുറഞ്ഞ് സുമുഖനായ ഒരാൾ. ലോകത്തിൽ ഇങ്ങനേയും പാവത്താന്മാരുണ്ടാകുമോ എന്ന് ഞാനതിശയപ്പെട്ടിട്ടുണ്ട്. മില്ലിലോ പ്ലാന്റിലോ അല്ലെങ്കിൽ ലക്ഷ്മൺ മനിഭായിയുടെ നിഴലിലോ ആണ്. പാതിരവരെ കാൽമുട്ടുകളിൽ മുഖമമർത്തി അവൻ മനിഭായിയുടെ പൂജാമുറിയിൽ ഇരിപ്പുണ്ടാവും.

ലക്ഷ്മണന്റെ ഭാര്യ എണ്ണക്കറുപ്പ് നിറമുള്ള മെലിഞ്ഞ പെൺകുട്ടിയായിരുന്നു. കല്യാണം കഴിഞ്ഞിട്ട് അഞ്ചാറുകൊല്ലമായെങ്കിലും അവർക്ക് കുട്ടികളുണ്ടായിരുന്നില്ല. ലക്ഷ്മണന്റെ താത്പര്യക്കുറവോ പ്രയത്നക്കുറവോ എന്താണ് കാരണമെന്ന് അറിഞ്ഞുകൂടാ. അവനോട് ഭാര്യേയുംകൊണ്ട് ഏതെങ്കിലും ഡോക്ടറെ പോയിക്കാണാൻ ഉപദേശിച്ചെങ്കിലോ എന്ന് പലപ്പോഴും ആലോചിച്ചു. എന്നാൽ ജോലിക്കാരുടെ വ്യക്തിപരമായ കാര്യങ്ങളിൽ ഇടപെടുന്നത് എന്റെ ചുമതലയിൽ പെടാത്തതുകൊണ്ട് ഞാനതിനു മുതിർന്നില്ല.

മറാത്ത്വാഡയിൽ നിലക്കടല വിളവു മോശമായാൽ ചിലപ്പോൾ മില്ല് പൂട്ടിയിടാറുണ്ട്. ആന്ധ്രയിൽനിന്നോ കർണ്ണാടകത്തിൽനിന്നോ അക്രമവില കൊടുക്കാതെ നിലക്കടല കിട്ടുകയാണെങ്കിൽ മില്ലുകൾ അധികകാലം ആലസ്യമനുഭവിക്കാറില്ല. അപ്രതീക്ഷിതമായി ജോലിയില്ലാതാവുമ്പോൾ ലക്ഷ്മൺ എവിടെയെങ്കിലുമൊക്കെ മുട്ടുശാന്തിക്കു പോകും. മറാത്ത്വാഡയിലെ ഏതോ ഗ്രാമങ്ങളിൽനിന്ന് വാങ്ങിക്കൂട്ടുന്ന ആടുകളെ ബോംബെയിലെത്തിക്കുന്നത് പൊല്ലാപ്പ് പിടിച്ച പണിയാണ്. ഇന്നത്തെപ്പോലെ ലോറിയിൽ കയറ്റി ഒറ്റയടിക്ക് കശാപ്പുശാലയിലെത്തിക്കുന്ന പതിവുണ്ടായിരുന്നില്ല. ആടുകളെ കൂട്ടം കൂട്ടമായി ആട്ടിത്തെളിച്ച് കൊണ്ടുവരികയാണ് പതിവ്. ഇങ്ങനെയുള്ള യാത്രയ്ക്ക് ആഴ്ചകളും ചിലപ്പോൾ മാസങ്ങളും എടുക്കും. വഴിക്ക് ആടുകളെ മേയാൻ വിട്ടും രാത്രിയിൽ ചില താവളങ്ങളിൽ വിശ്രമിച്ചുമൊക്കെയായിരുന്നു യാത്ര. എന്നാൽ ഒട്ടും അവധാനത കാണിക്കാതെ സദാ ജാഗരൂകനായിരിക്കേണ്ട ഒരു ജോലിയാണതെന്ന് ലക്ഷ്മൺ പറയുന്നു. ആടുകൾ കൂട്ടം തെറ്റുകയോ നഷ്ടപ്പെടുകയോ ചെയ്താൽ സമാധാനം പറയേണ്ടത് മേൽനോട്ടക്കാരനാണ്. അതുകൊണ്ട് നേരെ ചൊവ്വേ ഭക്ഷണം കഴിക്കാനോ ഉറങ്ങാനോ സാദ്ധ്യമായെന്ന് വരില്ല. യാത്രകളിൽ ഉറക്കമൊഴിച്ച് ശീലിച്ചതുകൊണ്ട് ലക്ഷ്മണന് ഉറങ്ങാൻ പറ്റാതായിരിക്കുന്നു. ഏറിയാൽ രണ്ടോ മൂന്നോ മണിക്കൂർ മാത്രം നീണ്ടുനിൽക്കുന്ന ഉറക്കം. അല്ലെങ്കിൽ കണ്ണുകൾ ഇരുട്ടിലേക്ക് തുറന്നുവെച്ചുകൊണ്ടുള്ള കിടപ്പു മാത്രം. ആടുകളെ മേച്ചുകൊണ്ടുള്ള യാത്ര എപ്പോഴും റോഡുകളിൽ കൂടിയായിരിക്കില്ല. ചിലപ്പോൾ കുന്നും മലയുമൊക്കെ കയറിയിറങ്ങേണ്ടിവരും. ലക്ഷ്മണന് ആ വഴികളൊന്നും അറിയില്ല. മുക്കാദമിനേ അറിയൂ. ഇങ്ങനെ പോകുമ്പോൾ

ലക്ഷ്മൺ ഭൂതപ്രേതാദികളേയും യക്ഷിമാരേയുമൊക്കെ കണ്ടുമുട്ടിയിട്ടുണ്ട്. നിങ്ങളുടെ കണ്ണിലെ അവിശ്വാസത്തിന്റെ നിഴൽ അവനെ പരവശനാക്കുന്നു. അവൻ രണ്ടുവിരലുകൾകൊണ്ട് കഴുത്തിൽ തൊട്ട് ആണയിടുന്നു:

'ഗലേ കി കസം, ഞാൻ എന്റെ ഈ രണ്ടു കണ്ണുകൾകൊണ്ട് കണ്ടിട്ടുണ്ട്...'

സംസാരിക്കുമ്പോൾ ഇടയ്ക്കിടെ, ആവശ്യമുണ്ടെങ്കിലും ഇല്ലെങ്കിലും, ആണയിടുന്നത് അവന്റെ സ്വഭാവമായിരിക്കുന്നു. താൻ പറയുന്നത് മറ്റുള്ളവർ വിശ്വസിക്കുന്നില്ലേ എന്ന അകാരണമായ ഭയമാണ് സംശയത്തിന്റെ പുറകിൽ. വാസ്തവത്തിൽ അവൻ സത്യസന്ധനും കഠിനാദ്ധ്വാനിയുമായിരുന്നു. ലഹരികൾ ഉപയോഗിക്കാത്തവനായിരുന്നു. സസ്യഭുക്കായിരുന്നു. ബ്രഹ്മചാരിയുമായിരിക്കാം എന്ന് ഞാനൂഹിച്ചു. നൈറ്റ് ഷിഫ്ടിലായിരുന്ന ഒരുദിവസം. പ്ലാന്റിലെ വ്യവസ്ഥകളെല്ലാം സുഗമമായി പ്രവർത്തിച്ചുകൊണ്ടിരുന്നതിനാൽ ഞാൻ വിശ്രമിച്ചു. ലക്ഷ്മൺ ആ സന്ദർഭത്തിനുവേണ്ടി കാത്തിരുന്നതുപോലെ എന്നെ സമീപിച്ചു. അവൻ ഒന്നും പറയാതെ പരുങ്ങിനിൽക്കുന്നതു കണ്ടപ്പോൾ ഞാൻ ചോദിച്ചു.

"എന്താ ലക്ഷ്മൺ, എന്തു വേണം?"

"ഞാനെന്തു ചെയ്യണം സാബ്?"

"നീ പ്ലാന്റിൽ ജോലിചെയ്ത് കുടുംബം പുലർത്തി ജീവിക്കണം."

അവൻ ഒരുനിമിഷം മിണ്ടാതിരുന്നു.

'അതല്ലാ സാബ് ഞാൻ ചോദിച്ചത്. ഞാൻ എന്റെ പെണ്ണിനെ എന്തു ചെയ്യണമെന്നാണ്..."

"എനിക്ക് നിന്റെ ചോദ്യം മനസ്സിലാവുന്നില്ല."

ഞാനവളെ..... ഉപേക്ഷിക്കട്ടെ... സാബ്?"

"എന്തിന്? കുട്ടികളുണ്ടാവാത്തതുകൊണ്ടോ?"

അവൻ നിസ്സഹായതയോടെ തലതാഴ്ത്തി നിന്നു.

"അതൊക്കെ ഞാൻ സഹിച്ചേനെ. പക്ഷേ, അവൾ ചീത്തയാകുന്നത് ഞാനെങ്ങനെ പൊറുക്കും. അവളിപ്പോൾ ഭാനുവിന്റെ കൂടെയാണെന്ന് എല്ലാവരും പറയുന്നു."

"നീ മറ്റുള്ളവർ പറയുന്നതാണോ വിശ്വസിക്കുന്നത്. നിനക്ക് നിന്റെ ഭാര്യയെ വിശ്വാസമില്ലേ?"

"ഉണ്ടായിരുന്നു. ഇപ്പോഴില്ല. ഇന്നലെ രാത്രി ഞാൻ പ്ലാന്റിലായിരുന്നല്ലോ. എനിക്ക് കലശലായ വയറ്റിൽവേദന തോന്നി. ചുക്കുകാപ്പി കുടിച്ചാൽ ഭേദമാകുമെന്ന് കരുതി വീട്ടിലേക്കു പോയി. അവിടെ ചെന്നപ്പോൾ

കണ്ട കാഴ്ച. അമ്മയാണ് സത്യം, അവൾ ഭാനുവിന്റെ കൂടെ കിടക്കു ന്നുണ്ടായിരുന്നു. രണ്ടിനേയും കൊല്ലാനുള്ള ദേഷ്യം തോന്നിയെങ്കിലും ഞാനതടക്കി. ഒച്ചവച്ച് ബഹളമുണ്ടാക്കിയാൽ അയൽക്കാരൊക്കെ അറിയും. അതിന്റെ നാണക്കേട് എനിക്കല്ലേ സാബ്? ചുക്കുകാപ്പി കുടി ക്കാതെ തന്നെ എന്റെ വയറ്റുവേദന മാറി. ഞാൻ ശബ്ദമുണ്ടാക്കാതെ, അവരെ ഉണർത്താതെ തിരിച്ചുപോന്നു. പിറന്നപടി രണ്ടുംകൂടി കെട്ടിപ്പി ടിച്ചുറങ്ങുന്നതു കണ്ടപ്പോൾ എന്റെ തലയാകെ പെരുത്ത് കയറി. കൈകൾ തരിച്ചു. ഒരായുധവും അപ്പോൾ എന്റെ ദൃഷ്ടിയിൽ പെട്ടില്ല. അല്ലെങ്കിൽ ഞാൻ...”

ഒരു നിമിഷം അവൻ വല്ലാതെ പ്രക്ഷുബ്ധനായി. പിന്നെ ശാന്തത കൈക്കൊണ്ട് പറഞ്ഞു, “അവൾ വേറെ ആരെ പിടിച്ചാലും എനിക്ക് സങ്കടമില്ലായിരുന്നു. എന്നാൽ ഒരു കീഴ്ജാതിക്കാരനെതന്നെ ആ തേവി ടിശ്ശി പിടിച്ചതെന്തിനാണ്. എന്നോടുള്ള പകവീട്ടാനാണോ,” അവൻ കണ്ണു തുടച്ചു.

“ഞാനെന്തു ചെയ്യണമെന്ന് ഇനിയെങ്കിലും സാബ് പറയൂ. രണ്ടി നേയും തട്ടിക്കളയട്ടേ?”

നിനക്കാവില്ല ലക്ഷ്മൺ എന്ന് ഞാൻ പറഞ്ഞില്ല. ഞാൻ ഒന്നും പറ ഞ്ഞില്ല. അല്പം കഴിഞ്ഞപ്പോൾ ലക്ഷ്മൺ തന്നെ പറഞ്ഞു.

“അവളെ അവളുടെ അമ്മയുടെ അടുത്ത് കൊണ്ടാക്കാം അല്ലേ?”

എനിക്കതിനും മറുപടിയുണ്ടായിരുന്നില്ല.

ലക്ഷ്മൺ ആരോടും പ്രകടിപ്പിക്കാനോ പറയാനോ വയ്യാത്ത മാന സിക സംഘർഷങ്ങളിൽ പെട്ടുഴലുകയായിരുന്നു. പ്ലാന്റിലോ മനിഭായി യുടെ പൂജാമുറിയിലോ ചെന്നിരിക്കുമ്പോഴും അവന്റെ സംഘർഷങ്ങൾക്ക് അയവു കിട്ടിയില്ല. അവൻ വീട്ടിൽ കയറാതെയായി. അവന് ഇനി ലാത്തൂ രിൽ ജീവിക്കണ്ട. മറ്റെവിടെയെങ്കിലും, ഏതു നരകത്തിൽ വേണമെ ങ്കിലും, പോകാം...

അവന്റെ ജല്പനങ്ങൾ കേട്ട് മനിഭായ് ഉറക്കെ ചിരിച്ചു. അരേ ഭായ്, ലക്ഷ്മൺ, നിന്റെ ഉള്ളിൽനിന്ന് ചിന്തയുടെ പാഴ്ച്ചെടികളെല്ലാം പറിച്ചു മാറ്റൂ. മനസ്സിനെ ശാന്തമാക്കി, മൃദുലമാക്കി ഒരു പൂപോലെ ഭഗവാന്റെ കാൽക്കൽ വെയ്ക്കൂ. നിനക്ക് സമാധാനം ലഭിക്കും. ബന്ധങ്ങളെല്ലാം ക്ഷണപ്രഭാചഞ്ചലം എന്ന് കേട്ടിട്ടില്ലേ? പിന്നെ എന്തിനു നീ വിഷാദി ക്കുന്നു. അങ്ങനെ ഒരു ബന്ധമേ ഉണ്ടായിട്ടില്ലെന്നു കരുതൂ. പിന്നെ അതിനെക്കുറിച്ച് ഓർക്കേണ്ടതില്ലല്ലോ. മനുഷ്യന് നാശമുള്ളതുപോലെ അവനുണ്ടാക്കുന്ന ബന്ധങ്ങൾക്കും ആസ്തികൾക്കും നാശമുണ്ടാവും. നാശമില്ലാത്തത് ഒന്നേയുള്ളൂ, ആത്മാവ്. നിന്റെ ആത്മാവിന് ക്ഷത മേല്പിക്കുന്നതൊന്നും നീ ആലോചിക്കുകയോ പ്രവർത്തിക്കുകയോ അരുത്.

മനിഭായ് ദിവസവും അവനെ ഉപദേശിക്കാനും സന്തോഷിപ്പിക്കാനും ശ്രമിച്ചുകൊണ്ടിരുന്നു. അവന്റെ ആകുലതകൾക്ക് ശമനമുണ്ടായില്ല. ആർക്കായാലും തന്റെ വ്യക്തിത്വത്തെ ചോദ്യം ചെയ്യുന്നതോ പരിഹസിക്കുന്നതോ സഹിക്കാനാവില്ലല്ലോ. അവൻ എങ്ങനെയൊക്കെയോ ദിവസങ്ങൾ തള്ളിനീക്കി. അക്കൊല്ലത്തെ ദീവാളീബോണസ് കിട്ടിയ ദിവസം, മുഴുവൻ പണവുമായി ഭാനുവിനെ സമീപിച്ചു.

"ഇതു മുഴുവൻ നീ എടുത്തോ. എന്നിട്ട് അവളേയുംകൊണ്ട് എന്റെ കൺവെട്ടത്തുനിന്ന് എവിടെയങ്കിലും പോ."

"എനിക്ക് ഭാര്യയും രണ്ടു പിള്ളാരുമുണ്ട്. അവറ്റയെ ആരു നോക്കും? നീ നോക്കുമോ? നിന്റെ ഭാര്യക്ക് കുട്ടികളുണ്ടാവാത്ത സങ്കടം കലശലാണ്. നിന്നെക്കൊണ്ട് ഒന്നും ആവില്ലെന്ന് അവൾക്കുറപ്പായി. അവളാണ് എന്നെ സമീപിച്ചത്. ഞാൻ തുടങ്ങിവച്ചതല്ല. ഇനി രണ്ടാലൊന്നറിയാതെ ഞങ്ങൾക്ക് വേർപിരിയാനാവില്ല..."

ലക്ഷ്മൺ തലതാഴ്ത്തി ഇരുട്ടിലേക്ക് നടന്നുമറയുന്നത് ഞാൻ പ്ലാന്റിൽനിന്നു കണ്ടു. അതിനുശേഷം ഞാനവനെ കണ്ടിട്ടില്ല.

ഇരുപത്തിരണ്ട്
ലാത്തൂരിനോട് വിട

നാലുകൊല്ലംകൊണ്ട് ലാത്തൂർ മടുത്തു. യന്ത്രച്ചക്കുകളിൽ നിലക്കടല യാട്ടി എണ്ണയെടുക്കുന്നുതുപോലെ ഞാനും അദൃശ്യമായ ഒരു ചക്കിൽ കിടന്നാടുകയാണെന്നും എന്റെ ചോരയും നീരും വാർന്നുപോവുകയാ ണെന്നും എനിക്കു തോന്നിത്തുടങ്ങി. എന്നെക്കൊണ്ട് വിവാഹം കഴിപ്പിച്ച് എന്നെ അവിടെ തളച്ചിടാൻ മാനേജ്‌മെന്റ് ശ്രമിച്ചു. സ്‌നേഹംകൊണ്ടും നല്ലപെരുമാറ്റംകൊണ്ടും സന്തോഷിപ്പിച്ചും പ്രലോഭനങ്ങൾക്കൊണ്ട് ആകർഷിച്ചും എന്നെ പിടിച്ചുനിർത്താനുള്ള തന്ത്രങ്ങൾ എനിക്ക് മനസ്സി ലായി. അവരെ മുഷിപ്പിക്കാതെ അവിടെനിന്ന് പുറത്തുകടക്കാനുള്ള അഭി വാഞ്ഛ എന്നെ വല്ലാതെ അലട്ടാൻ തുടങ്ങി. ഞാൻ പുറത്തേക്കുള്ള വാതിലുകൾ അന്വേഷിച്ചു. പത്രത്തിൽ ഭാഭാ പരമാണുഗവേഷണ കേന്ദ്ര ത്തിന്റെ പരസ്യം കണ്ടപ്പോൾ പണ്ട് കെട്ടടങ്ങിയ ഒരാഗ്രഹം വീണ്ടും ജനിച്ചു. ഞാൻ ഒരപേക്ഷ തയ്യാറാക്കി അയക്കുകയും അതിനെക്കുറിച്ച് മറക്കുകയും ചെയ്തു.

മൂന്നോ നാലോ മാസം കഴിഞ്ഞപ്പോൾ ഒരു ഇന്റർവ്യൂകാൾ. പ്ലാന്റ് തുടർച്ചയായി പ്രവർത്തിക്കുന്ന സമയം. പ്ലാന്റിന്റെ പ്രവർത്തനം നിറുത്തി വച്ചല്ലാതെ എനിക്കു പോകാനാവില്ല. ഞാൻ കാര്യം ജയന്തിഭായിയെ അറിയിച്ചു. ആൾ അഹിതമൊന്നും പറഞ്ഞില്ല. പ്ലാന്റ് അടിച്ചിട്ടായാലും ഇന്റർവ്യൂ അറ്റന്റ് ചെയ്യാനുപദേശിച്ചു. എനിക്ക് അവരുടെ പാർട്ട്ണറും കമ്മീഷൻ ഏജന്റുമായ ബിബിൻ സൂരയുടെ വീട്ടിൽ താമസിക്കുവാൻ ഏർപ്പാടാക്കി. കൽബാദേവിയിൽനിന്ന് മറൈൻലൈൻസിൽ പോവുക എളുപ്പമായിരുന്നു. മറൈൻലൈൻസിലെ ഹർചന്ദ്‌റായി ബിൽഡിങ്ങിൽ വച്ചായിരുന്നു ഇന്റർവ്യൂ.

ഇന്റർവ്യൂവിനു വേണ്ടി ഞാനൊന്നും പഠിച്ചിരുന്നില്ല. അതിനു സമയം കിട്ടിയില്ല. അറ്റോമിക് എനർജിക്കാരുടെ ഇന്റർവ്യൂ കടുകട്ടിയാണെന്ന് കേട്ടിരുന്നു. അതുകൊണ്ട് പ്രതീക്ഷയൊന്നും കൂടാതെയാണ് ഞാൻ ബോബെയിലെത്തിയത്.

പത്തുപന്ത്രണ്ട് മെമ്പർമാരുള്ള കമ്മിറ്റിയുടെ മുമ്പാകെ ചെന്നപ്പോൾ എന്റെ കാലുകൾ വിറയ്ക്കുകയും തൊണ്ട വരളുകയും ചെയ്തു. ലാത്തൂരിലെ ജോലി അഭിമുഖവധമില്ലാതെ തടഞ്ഞതാണ്. അതിനു വേണ്ടി പ്രയത്നിച്ചില്ല. ടെൻഷനടിച്ചില്ല.

തുടക്കത്തിൽ നെർവസ് ആയെങ്കിലും വളരെ വേഗം ഞാൻ സമനില വീണ്ടെടുത്തു. കിട്ടിയാൽ കിട്ടട്ടെ. പോയാൽ പോട്ടെ. എനിക്കു വേറെ ജോലിയുണ്ടല്ലോ.

ആ സമാധാനത്തോടെ ഞാൻ പറഞ്ഞു-

"ദയവായി സബ്ജക്റ്റൊന്നും ചോദിക്കരുത്."

"അതെന്താ അങ്ങനെ? നിങ്ങൾ പഠിക്കാതെയാണോ പരീക്ഷ എഴുതിയതും ഡിഗ്രി എടുത്തതും?"

"പഠിച്ചതൊക്കെ കഴിഞ്ഞ മൂന്നാലുകൊല്ലംകൊണ്ട് മറന്നു."

"ശരി, പിന്നെ ഞങ്ങൾ എന്തു ചോദിക്കണമെന്ന് നിങ്ങൾതന്നെ പറയൂ."

മെമ്പർമാരുടെ മുഖഭാവം എന്നെ പരിഹസിക്കുന്നതുപോലെ തോന്നി.

"ഞാൻ ഇപ്പോൾ ചെയ്യുന്ന ജോലിയെക്കുറിച്ച്...."

"അതിനെക്കുറിച്ച് ഞങ്ങൾക്കൊന്നും അറിയില്ലല്ലോ. എന്നാലും കേൾക്കാം. പറയൂ."

ഒരുവിധം പറഞ്ഞൊപ്പിച്ചു. എനിക്കു കിട്ടുന്ന ശമ്പളത്തേയും സൗകര്യങ്ങളെയുംകുറിച്ചു പറഞ്ഞപ്പോൾ ഒരു മെമ്പർ പൊട്ടിത്തെറിക്കുന്നതു പോലെ ചോദിച്ചു.

"നിങ്ങൾക്ക് ഭ്രാന്തുണ്ടോ അതൊക്കെ ഉപേക്ഷിച്ചുപോരാൻ. ഇവിടെ നിങ്ങൾക്ക് ഇപ്പോൾ കിട്ടുന്നതിന്റെ മൂന്നിലൊന്ന് ശമ്പളമേ കിട്ടൂ. നഗരത്തിൽ താമസിക്കാനുള്ള ബുദ്ധിമുട്ട് നിങ്ങൾക്കറിയില്ലേ?"

"സാർ, എല്ലാം അറിഞ്ഞുകൊണ്ട് ഞാൻ ഒരു കാൽക്കുലേറ്റഡ് റിസ്ക് എടുക്കുകയാണ്. പഠിക്കുമ്പോൾ മുതൽ ഈ സ്ഥാപനത്തിൽ ജോലി ചെയ്യാൻ ഞാൻ മോഹിച്ചിരുന്നു..."

"അതൊക്കെ നിങ്ങളുടെ ഇഷ്ടം..."

കൂടിക്കാഴ്ച അവസാനിച്ച് പുറത്തുകടന്നപ്പോൾ ജോലി കിട്ടുമെന്നോ കിട്ടില്ലെന്നോ ഉറപ്പാക്കാൻ വയ്യാത്തൊരവസ്ഥയിലായിരുന്നു ഞാൻ.

അതോർത്ത് സമയം കളഞ്ഞില്ല. രാത്രിവണ്ടിക്കുതന്നെ തിരിച്ചു പോകണം. നാളെത്തന്നെ പ്ലാന്റ് സ്റ്റാർട്ട് ചെയ്യണം. മൂന്നുദിവസത്തെ ഉല്പാദനകമ്മി നികത്തണം...

ഞാൻ തിരിച്ചുചെന്ന് എന്റെ ജോലികളിലേർപ്പെട്ടു. ജയന്തി ഭായിയോ മറ്റാരെങ്കിലുമോ ഞാൻ പോയ കാര്യം എന്തായി എന്നു ചോദിച്ചില്ല.

മനിഭായി മാത്രമാണ് അന്വേഷിച്ചത്.

“സാഹിബ്ജി ഞങ്ങളെയൊക്കെ വിട്ടുപോകാണോ?”

ഞാൻ മഹാരാജാവിന്റെ നിഷ്ക്കളങ്കമായ മുഖത്തേക്ക് ഒരുനിമിഷം നോക്കി.

“ഒന്നും പറയാറായിട്ടില്ല, മനിഭായി. കാത്തിരുന്നു കാണാം.”

“ശരിയാണ്, നമ്മൾ എവിടെപ്പോകുന്നു, എന്തു ചെയ്യുന്നു, ആരെയൊക്കെ കാണുന്നു എന്നുള്ളതൊന്നും നമ്മളല്ലാ നിശ്ചയിക്കുന്നത്. അതൊക്കെ നാം ജനിക്കുമ്പോൾ നിശ്ചയിച്ചുകഴിഞ്ഞിരിക്കുന്നു. ചതുരംഗപ്പലകയിലെ വെറും കരുക്കളല്ലേ നമ്മളൊക്കെ. അല്ലെങ്കിൽ നോക്കൂ. രാജ്യത്തിന്റെ തെക്കേ അറ്റത്തു നിന്നുവന്ന താങ്കൾ. ഭവനഗറിൽനിന്നു വന്ന ഞാൻ. എന്റെ കൈകൊണ്ട് ഉണ്ടാക്കിയ റൊട്ടിയും ദാലും സബ്ജിയുമൊക്കെ കഴിക്കുമെന്ന് അങ്ങ് എപ്പോഴെങ്കിലും വിചാരിച്ചിട്ടുണ്ടോ? എന്നോ കൊടുക്കുകയും വാങ്ങുകയും ചെയ്ത കടംവീട്ടലല്ലേ സത്യത്തിൽ ജീവിതം?”

മനിഭായി പറഞ്ഞതിൽ കാര്യമുണ്ടെന്നുതോന്നി. ഒരറിവും പരിചയവുമില്ലാത്ത ഭാഷയും ഭക്ഷണവും വേഷങ്ങളും ആചാരങ്ങളും തികച്ചും വ്യത്യസ്തമായ മനുഷ്യർക്കിടയിൽ ഗാഢസൗഹൃദങ്ങളുടെ കണ്ണികൾ വിളക്കിച്ചേർക്കുന്നത് ആരാണ്. അവർക്കിടയിൽ ശത്രുതയുടെ വിഷബീജങ്ങൾ വിതറി അവരെ തമ്മിലടിപ്പിക്കുന്നതാരാണ്.

അത്രയ്ക്കൊന്നും ആലോചിക്കണ്ട എന്നെനിക്കു തോന്നി.

ഇന്റർവ്യൂ കഴിഞ്ഞ് ഏതാണ്ട് ഒരു മാസമായപ്പോൾ നിയമനോത്തരവ് കിട്ടി. 1964 ആഗസ്റ്റ് 9-ന് റിപ്പോർട്ട് ചെയ്യണം. ഇത് അല്പം ബുദ്ധിമുട്ടുള്ള കാര്യമായിരുന്നു. പ്ലാന്റ് കുറെക്കാലംകൂടി പ്രവർത്തിച്ചാലല്ലാതെ കമ്പനി കരാറിലേർപ്പെട്ട ഉല്പന്നങ്ങൾ നൽകാൻ കഴിയുമായിരുന്നില്ല. അവരെ കുഴിയിൽ ചാടിച്ച് സ്ഥലംവിടുന്നത് ശരിയല്ലെന്ന് എനിക്കു തോന്നി. എന്നെ ചുമതലപ്പെടുത്തിയിരുന്ന ജോലികൾ പൂർത്തിയാക്കി പിരിഞ്ഞുപോകാൻ വേണ്ട സമയമില്ലെങ്കിൽ പുതിയ ജോലി സ്വീകരിക്കേണ്ടതില്ലെന്ന് ഞാൻ തീരുമാനിച്ചു. ആഗസ്റ്റ് മൂന്നാം വാരത്തിൽ ജോലിയിൽ പ്രവേശിക്കാൻ അനുവദിക്കണമെന്ന് അഭ്യർത്ഥിച്ചുകൊണ്ട് ഞാൻ ഭാഭാ പരമാണുഗവേഷണ കേന്ദ്രത്തിലേക്ക് ഒരു കമ്പിസന്ദേശമയച്ചു. ഒരാഴ്ച കഴിഞ്ഞപ്പോൾ അനുകൂലമായ മറുപടി കിട്ടി. ഞാനന്റെ ജോലികളെല്ലാം തീർത്ത് യാത്രക്കൊരുങ്ങി. മാനേജരായിരുന്ന

ജയന്തിഭായിക്ക് ഞാൻ അവിടംവിട്ടു പോകുന്നതിൽ നിർവ്യാജമായ ഖേദമുണ്ടായിരുന്നു.

ഞങ്ങൾ നാലുകൊല്ലംകൊണ്ട് ഗാഢമായ സൗഹൃദത്തിലായിരുന്നു. അതേ സമയം അവിടെ ഞങ്ങളോടൊപ്പം താമസിച്ചിരുന്ന, എന്റെ സമപ്രായക്കാരനായിരുന്ന, അദ്ദേഹത്തിന്റെ സഹോദരനുമായി കൂടുതൽ അടുക്കാനോ ഉള്ളുതുറന്നു സംസാരിക്കാനോ എനിക്ക് കഴിഞ്ഞിരുന്നില്ല. ഞാൻ അയാളിൽനിന്ന് എപ്പോഴും ഒരകലം സൂക്ഷിച്ചു.

ഞാൻ പോരുന്നതിന് ഒരാഴ്ചമുമ്പ് ജയന്തിഭായ് ചോദിച്ചു.

"താങ്കൾ ശമ്പളം പോരാഞ്ഞിട്ടാണോ ഈ ജോലി വിടുന്നത്? എങ്കിൽ തുറന്നുപറയൂ. ഞാൻ പാർട്ട്ണർമാരോട് ആലോചിച്ച് ശമ്പളം കൂട്ടിത്തരാം."

"ശമ്പളം പോരാഞ്ഞിട്ടല്ല, ഞാൻ പോകുന്നത്. എന്റെ മോഹം നിറവേറ്റാനാണ്. പാസ്സായ ഉടനെ ആ സ്ഥാപനത്തിൽ ജോലിചെയ്യണമെന്ന് എനിക്ക് അതിയായ മോഹമുണ്ടായിരുന്നു. അന്നത് നടന്നില്ല. ഇപ്പോൾ അങ്ങനെയൊരു സന്ദർഭം വന്നതിനെ തട്ടിനീക്കാൻ മനസ്സനുവദിക്കുന്നില്ല."

"ശരി, സാഹിബ്, താങ്കളുടെ മോഹം നിറവേറട്ടെ... നിങ്ങൾക്ക് നല്ലത് വരട്ടെ."

രാത്രി പത്തുമണിക്കോ മറ്റോ ആയിരുന്നു, എനിക്കുള്ള വണ്ടി.

സ്റ്റേഷനിലേക്ക് യാത്ര പുറപ്പെട്ടപ്പോൾ, രണ്ടുലോറി നിറച്ച് മിൽത്തൊഴിലാളികൾ എന്നെ അനുഗമിച്ചു. അവരിൽ എന്റെ കൂടെ ജോലിചെയ്തിരുന്നവർ മൂന്നുപേർ മാത്രം. ലക്ഷ്മൺ എവിടെയാണെന്ന് ആർക്കും അറിയില്ല.

സ്നേഹത്തെ ഞാൻ സ്പർശിച്ചറിഞ്ഞത് അന്നായിരുന്നു. എന്നിൽനിന്ന് ഒന്നും ലഭിക്കാത്തവർ, ഞാനുമായി നേരിട്ട് ഇടപഴകാത്തവർ. നിരക്ഷരരും ദരിദ്രരുമായ മനുഷ്യർ. അവർ സ്നേഹംകൊണ്ട് എന്നെ പൊതിഞ്ഞപ്പോൾ ഞാൻ വികാരംകൊണ്ട് വീർപ്പുമുട്ടി. ഞാൻ നിസ്വനും നിസ്സഹായനുമായതുപോലെ തോന്നി. എനിക്ക് ആരുടേയും മുഖത്ത് നോക്കാനാവുന്നില്ല. ഒന്നും സംസാരിക്കാനാവുന്നില്ല. പ്ലാറ്റ്ഫോമിൽ നിൽക്കുമ്പോൾ അവർ ഓരോരുത്തരും എന്റെ കയ്യിൽ ഓരോ തേങ്ങ തന്നിട്ട് നിറഞ്ഞകണ്ണുകളുമായി നിന്നു.

"ഈ തേങ്ങയൊക്കെ കൊണ്ടുപോയി ഞാനെന്തുചെയ്യും?"

"വഴിയിൽ കാണുന്ന നദിയിലോ തടാകത്തിലോ എറിയുക, ആരോ പറഞ്ഞു. താങ്കളുടെ നന്മയ്ക്ക്... വേണ്ടിയാണ്.."

"അതൊക്കെ എനിക്ക് പ്രയാസമാണ്." തെല്ലൊരു വിഷമത്തോടെ ഞാൻ പറഞ്ഞു.

'ശരി, എന്നാൽ രണ്ടുമൂന്നെണ്ണമെങ്കിലും കൊണ്ടുപോകൂ. ഇത് ഒരു വിശ്വാസവും സങ്കല്പവുമാണ്.'

പിന്നെ എനിക്ക് ഒഴിഞ്ഞുമാറാൻ കഴിഞ്ഞില്ല. അവരുടെ വികാരത്തെ മുറിപ്പെടുത്താൻ എനിക്കാവില്ല. ഞാൻ ഒരു ചാക്കുസഞ്ചിയിൽ മൂന്നോ നാലോ തേങ്ങ എടുത്ത് എന്റെ ലഗ്ഗേജിനൊപ്പം വച്ചു.

"വഴിക്ക് പുഴയും തോടുമൊക്കെ കാണുമല്ലോ?", ഞാൻ ജയന്തി ഭായിയോടു ചോദിച്ചു.

"കുർദുവാഡി എത്തുന്നതിനുമുമ്പുതന്നെ ഒന്നോ രണ്ടോ പുഴയുണ്ട്. പക്ഷേ, താങ്കൾ ഉറങ്ങുകയാകുമല്ലോ. ഉറക്കത്തിൽ പെട്ടുപോവുകയാണെങ്കിൽ മുംബയിൽ ചെന്ന് കടലിലെറിഞ്ഞാൽ മതി."

(ബോംബെയുടെ ഔദ്യോഗികമായ പേരുമാറ്റത്തിന്ന് എത്രയോ മുമ്പു തന്നെ ഗുജറാത്തി സേട്ടുമാർ മുംബായി എന്നേ പറയാറുള്ളു.)

"പുഴയായാലും കടലായാലും എറിയുകതന്നെ വേണം, അല്ലേ?", ഞാൻ ചിരിച്ചു.

ട്രെയിൻ പ്ലാറ്റ്ഫോമിൽ വന്നു. വീതികുറഞ്ഞ മീറ്റർഗേജ് ട്രെയിൻ. കുർദുവാഡിവരെ ഇതിൽ യാത്ര. അവിടെ വെളുപ്പാൻകാലത്തെത്തിയാൽ ദാദർ എക്സ്പ്രസ്സിൽ മാറിക്കയറണം.

"ഉറങ്ങിപ്പോകല്ലേ...," കീർത്തൻഭായ് ഓർമ്മിപ്പിച്ചു.

വെളുപ്പാൻകാലത്തെഴുന്നേറ്റ് മൂന്നുനാലു കിലോമിറ്റർ നടക്കുന്ന എന്റെ പതിവിന് കീർത്തൻഭായിയോടാണ് കടപ്പാട്.

വണ്ടിയിൽ സാധനങ്ങളൊക്കെ കയറ്റി, ഹോൾഡോൾ നിവർത്തി ഉറങ്ങാനുള്ള സജ്ജീകരണങ്ങൾ ഇതിനകം ആരൊക്കെയോ ചെയ്തു തീർത്തു. എനിക്ക് നഷ്ടപ്പെടുന്നതെന്തൊക്കെയാണെന്ന് ഞാനപ്പോൾ തിരിച്ചറിഞ്ഞു. ഈ നഷ്ടം അനിവാര്യമാണെന്നു സമാധാനിച്ചു.

വണ്ടി ദീർഘമായ ചൂളംവിളിയോടെ മെല്ലെ നീങ്ങിത്തുടങ്ങിയപ്പോൾ ലാത്തൂർ സ്റ്റേഷന്റെ പ്ലാറ്റ്ഫോമിൽ അനേകം കൈകൾ വായുവിലുയർന്ന് എനിക്കു യാത്രാമൊഴി ചൊല്ലി. എന്റെ ഹൃദയതാളം തെറ്റിയോ എന്ന് ഞാൻ സംശയിച്ചു.

ശക്തമായൊരു നഷ്ടബോധത്തിന്റെ പിടിയിൽ ഞാൻ സീറ്റിലമർന്നു. പെട്ടെന്ന് ഒരാൾ ഓടിവന്ന് എന്റെ കാലിൽ തൊട്ട് പറഞ്ഞു.

"സാഹിബ്, എനിക്കു മാപ്പുതരൂ. ഇതിനുമുമ്പ് വന്നുകാണാൻ കഴിഞ്ഞില്ല..."

താടിയും മുടിയുമൊക്കെ വളർത്തിയിട്ടുണ്ടെങ്കിലും ശബ്ദത്തിൽനിന്ന് ആളെ തിരിച്ചറിഞ്ഞു. ലക്ഷ്മൺ.

അവന്റെ മുഖത്ത് നിറഞ്ഞുനിന്ന സഞ്ചാരീഭാവവും അവന്റെ ശരീര ഗന്ധവും ലക്ഷ്മൺ ആട്ടിൻപറ്റങ്ങളുടെ കൂടെയാണെന്നു വ്യക്തമാക്കി.

നീണ്ട യാത്രകളിലൂടെയും അലച്ചിലിലൂടെയും ലക്ഷ്മൺ മന സ്സമാധാനവും ജീവിതത്തിനു പുതിയ ഒരു ഉദ്ദേശ്യവും കണ്ടെത്തുമെന്ന് ഞാൻ മോഹിച്ചു.

ബാർസി സ്റ്റേഷനിൽ ലക്ഷ്മൺ ഇറങ്ങിപ്പോയി. ലാത്തൂരുമായുള്ള ബന്ധത്തിന്റെ അവസാനത്തെ കണ്ണിയും അറ്റുവീഴുന്ന ശബ്ദം വണ്ടി ച്ചക്രങ്ങളുടെ ഘർഷണാരവത്തിൽ നിന്നും വേർതിരിഞ്ഞ് കേട്ടു.

ഇരുപത്തിമൂന്ന്

ശയനപ്രദിക്ഷണം

അരനൂറ്റാണ്ടുകാലത്തെ ഓർമ്മകളിലൂടെയുള്ള ഒരു ശയനപ്രദക്ഷിണത്തിൽ സ്പർശിക്കാവുന്നത്ര ഓർമ്മകളെ കണ്ടെത്താനും തരിച്ചറിയാനുമുള്ള ഒരു ശ്രമമാണിവിടെ. ഓർമ്മകളെ ഒരു ചിമിഴിയിലൊതുക്കുന്നത് ഏറെ ശ്രമകരമായ യത്നമാണ്.

ലാത്തൂരിൽനിന്നു വരുന്ന മീറ്റർഗേജ് വണ്ടി കുർദുവാഡിയിൽ എത്തുന്നത് ഉറക്കം മൂർദ്ധന്യത്തിലെത്തുന്ന സമയത്താണ്. തട്ടിപ്പിടഞ്ഞെഴുന്നേറ്റ് ഉറക്കച്ചടവോടെ മാറിക്കയറിയ മദ്രാസ്-ദാദർ എക്സ്പ്രസ് ദാദറിലെത്തുന്നത് പുലർച്ചയ്ക്കുമുമ്പ്. അറുപതിന്റെ ആദ്യപകുതിയിൽ നഗരത്തിലിറങ്ങിയപ്പോൾ തോന്നിയ ഭയപരിഭ്രമങ്ങൾ എന്നെ വിട്ടൊഴിഞ്ഞിരുന്നു. അതുകൊണ്ട് പുറത്തേക്കുള്ള വഴി സ്വയം കണ്ടുപിടിച്ചു.

മൂന്നുകൊല്ലം കഴിഞ്ഞപ്പോൾ എനിക്ക് മറ്റൊരാളെക്കൂടി ദാദർ സ്റ്റേഷനിൽ വണ്ടിയിറക്കാനായി. 'നഗരത്തിന്റെ മുഖ'* ത്തിലെ ശ്രീധരൻ. ശ്രീധരന്റെ ആദ്യവരവായതുകൊണ്ട് സ്റ്റേഷനിലെ തിക്കും തിരക്കും മറ്റു കാഴ്ചകളും കണ്ട് തെല്ലിട പകച്ചുനിൽക്കുന്നുണ്ട്.

ഞാൻ പരിചയത്തിന്റെ വെളിച്ചത്തിൽ നേരെ മെയിൻറോഡിൽച്ചെന്ന് ചെമ്പൂർക്ക് പോകുന്ന ബസ്സ് പിടിച്ചു.

നാട്ടുകാരൻ സുഹൃത്ത് ചെമ്പൂർ ഗസ്റ്റ്ഹൗസിൽ ഒരു കട്ടിൽ പറഞ്ഞുവെച്ചിരുന്നതുകൊണ്ട് തപ്പിത്തടയേണ്ടിവന്നില്ല. അക്കാലത്ത് ദക്ഷിണേന്ത്യക്കാരുടെ സങ്കേതമായിരുന്നു ചെമ്പൂർ ഗസ്റ്റ്ഹൗസും വെങ്കിടേശ്വര ലഞ്ച്ഹോമും. ഗസ്റ്റ്ഹൗസിൽ ഒരു കട്ടിലിനു മാസവാടക അമ്പതുറുപ്പിക. വെങ്കിടേശ്വരയിലെ ഒരു നേരത്തെ സുഭിക്ഷമായ നാടൻ ശാപ്പാടിനും മാസം അമ്പതുറുപ്പിക. നൂറുറുപ്പികകൊണ്ട് കാര്യം കുശാൽ.

വെങ്കിടി സ്വാമി കച്ചവടക്കണ്ണുള്ളവനായതുകൊണ്ടല്ല ഇതൊക്കെ ആരംഭിച്ചത്. നല്ലൊരു കമ്പനിയിൽ ചുരുക്കെഴുത്തും താളംകൊട്ടലുമായി

* നഗരത്തിന്റെ മുഖം – എന്റെ ആദ്യനോവൽ.

കഴിയുന്ന ചേലക്കരക്കാരൻ വെങ്കിടി നാട്ടിൽ അച്ചാലും മുച്ചാലും നടക്കുന്ന തന്റെ മൂന്നു സഹോദരന്മാരെക്കുറിച്ചോർത്ത് വ്യഥിതനായി. അവർക്ക് വിദ്യാഭ്യാസം കുറവായതിനാൽ കമ്പനികളിലെ ഓഫീസ് ജോലിക്കു സാദ്ധ്യതയില്ലായിരുന്നു. സ്വന്തം ജോലി രാജിവെച്ച് കമ്പനിയിൽനിന്ന് കിട്ടിയ ആനുകൂല്യങ്ങൾ മുതൽമുടക്കി ചെറിയതോതിൽ ഒരു കച്ചവടം ആരംഭിച്ചു.

ആദ്യഘട്ടത്തിൽ കണ്ണിമാങ്ങാ അച്ചാർ, സമ്മന്തിപ്പൊടി, വേപ്പിലക്കട്ടി, കൊണ്ടാട്ടംമുളക്, കായ വറുത്തത്, ശർക്കര ഉപ്പേരി, പപ്പടം തുടങ്ങിയ നാടൻ വിഭവങ്ങൾ. അതിന്റെ നടത്തിപ്പിനായി ഇറക്കുമതിചെയ്ത സഹോദരൻ, രൂപത്തിലും ഭാവത്തിലും ഭീമസേനൻ. വൈകുന്നേരം മുല്ലപ്പൂ ചൂടിയ മാമിമാരും എള്ളെണ്ണമണം പരത്തുന്ന മലയാളിമങ്കമാരും വന്നു കയറിയാൽപിന്നെ ചങ്ങാതിയുടെ വായ്മൊഴിയിൽ കോയമ്പത്തൂർ തമിഴും, പാലക്കാടൻ മലയാളവും കൂടിക്കലരുകയായി. കച്ചവടം ഒന്നു കൊഴുത്തപ്പോൾ മറ്റൊരാൾകൂടി എത്തിച്ചേർന്നു. സൗമ്യശീലൻ. നാൽവരിൽ മൂത്തയാൾ. സംഭാഷണമൊക്കെ പല്ലു പുറത്തുകാണാതെയുള്ള ചിരിയിൽ ഒതുക്കുന്നവൻ. പണം മുടക്കിയ വെങ്കിടി ഓഫീസിന്റേയും പുറംകാര്യങ്ങളുടേയും മേൽനോട്ടം. അടുത്ത വികസനം ലഞ്ച്ഹോമിലേക്ക്. ഇതിലൊക്കെ കെട്ടിടമുടമയായ സേട്ടുവിനും പങ്കുണ്ടെന്ന് അസൂയാലുക്കൾ അടക്കം പറഞ്ഞു. സേഠാണിയും വെങ്കിടിയും എന്തോ ഒരു ചുറ്റിക്കളിയുണ്ടെന്നും കുശുകുശുത്തു.

അടുക്കളയുടെ മേൽനോട്ടത്തിന് കൊണ്ടുവന്ന സഹോദരൻ ഇരിക്കുമ്പോഴും നിൽക്കുമ്പോഴും നടക്കുമ്പോഴും ഉറങ്ങുകയാണെന്നു തോന്നും. ആ മനുഷ്യന്റെ മുഖത്ത് ചിരിതെളിയുന്നത് കണ്ടിട്ടേയില്ല. ലോഡ്ജിലെ അന്തേവാസികൾ അയാൾക്ക് ഓമനപ്പേരിട്ടു: ഫ്രാങ്കെൻസ്റ്റീൻ (സ്രഷ്ടാവിനെതന്നെ വകവരുത്തുന്ന രാക്ഷസീയമായ ഒരു കഥാപാത്രം. നമ്മുടെ പുരാണങ്ങളിലെ ഭസ്മാസുരനെ ഓർക്കുക).

ലഞ്ച്ഹോം തുടങ്ങിയപ്പോൾ കോയമ്പത്തൂർ, സേലം, ഈറോഡ് തുടങ്ങിയ സ്ഥലങ്ങളിൽനിന്ന് ദൊരൈ, ഷൺമുഖം, മുരുകൻ, ശിന്നവേൽ, തൈവസകായം തുടങ്ങിയ 'വാത്യാർപ്രേമികളും' വന്നിറങ്ങി.

അവർ വിശ്രമദിവസങ്ങളിൽ ജാഥയായി മാട്ടുംഗയിലെ അറോറ തിയ്യറ്ററിലേക്ക് പോകുന്നത് ഞങ്ങൾക്ക് ഒരു കാഴ്ചയായിരുന്നു.

"വാത്യാർപടം പോട്ടിർക്ക്ത് സാർ..."

ചെമ്പൂരെത്തിയിട്ടും എന്നിൽ ലാത്തൂർ നിറഞ്ഞുനിന്നു. ശരീരത്തിൽ നിലക്കടലയുടെ ഗന്ധം. ചുറ്റുപാടും മുഴങ്ങുന്നത് യന്ത്രച്ചക്കുകളുടെ ലോഹധ്വനികൾ. ചെമ്പൂർ റോഡുകളുടെ മുല്ലപ്പൂമണവും പട്ടുതിളക്കങ്ങളും എന്നിൽ കയറിപ്പറ്റാൻ പിന്നേയും കാലമെടുത്തു.

എന്തുകൊണ്ടും വൈചിത്ര്യം നിറഞ്ഞതായിരുന്നു, ലോഡ്ജ് ജീവിതം. അവിടെ പരിചയപ്പെട്ട ഓരോ വ്യക്തിയും ഓരോ കഥാപാത്രമായിരുന്നു. അവരെക്കുറിച്ച് എഴുതാൻ ഒരു പുസ്തകംതന്നെ വേണ്ടിവരും.

ചെമ്പൂർ ഏതാണ്ട് എന്നിൽ കടന്നുകൂടിയപ്പോഴേയ്ക്കും എനിക്ക് അവിടം ഉപേക്ഷിക്കേണ്ടിവന്നു.

എഴുപതുകളുടെ ആദ്യം ചെമ്പൂരിൽ നിന്ന് അധികം ദൂരെയല്ലാതെ, അണുശക്തിനഗർ എന്ന സ്ഥലത്ത് ക്വാർട്ടേഴ്സ് കിട്ടി. അപ്പോഴേക്കും ഞാൻ വിവാഹിതനായിരുന്നു (1969). ഞങ്ങളുടെ മകളോടൊപ്പമാണ്, ക്വാർട്ടേഴ്സിലെ ജീവിതവും തുടങ്ങുന്നത്.

ചെമ്പൂരിൽ നിന്ന് തികച്ചും വ്യത്യസ്തമായിരുന്നു അണുശക്തിനഗർ. ചെമ്പൂരിന്റെ ജനസാന്ദ്രതയും തിക്കും തിരക്കും ബഹളവും ഇല്ലാത്ത ശാന്തസുന്ദരമായ ഒരിടം. കുന്നുകളാലും മലകളാലും ചുറ്റപ്പെട്ട ഹരിത സാന്ദ്രത. വിശാലമായ റോഡുകൾ കണ്ണിനെ കുളിർപ്പിക്കുന്ന പുൽത്തകിടികൾ, ജലധാരായന്ത്രങ്ങൾ. ഇങ്ങനെയൊരിടം ആ മഹാനഗരത്തിൽ സ്ഥിതിചെയ്യുന്ന വിവരം നഗരവാസികളിൽ ഭൂരിപക്ഷത്തിനും അറിഞ്ഞുകൂടാ. ശാസ്ത്രജ്ഞന്മാർക്ക് സംഘർഷങ്ങളില്ലാതെ പ്രകൃതിയേയും ഋതുഭേദങ്ങളേയും സ്പർശിച്ചും അനുഭവിച്ചും ജീവിക്കുവാനും മനസ്സിനെ ശാസ്ത്രചിന്തകളിൽ മാത്രം വ്യാപരിപ്പിക്കാനും പറ്റിയ ഇടം ഡോക്ടർ ഹോമി ഭാഭ തന്നെ കണ്ടെത്തിയതാണ്. അദ്ദേഹത്തിന് ഒരു കലാഹൃദയം കൂടി ഉണ്ടായിരുന്നു. എന്നതിന് സാക്ഷ്യം, കെട്ടിടങ്ങളുടെ രൂപമാതൃകയും കോളനിയിലെ പരിസരങ്ങളും. ഇവിടുത്തെ ഒരേയൊരപാകത ഷോപ്പിങ്ങ് സൗകര്യങ്ങളുടെ അഭാവമായിരുന്നു. എന്തെങ്കിലും കാര്യമായി വാങ്ങണമെന്നുണ്ടെങ്കിൽ ചെമ്പൂരോ, ദാദറിലോ ബോംബെയിലോ പോകണം. തുടക്കത്തിൽ ഇത് അല്പം ബുദ്ധിമുട്ടുള്ള കാര്യമായിരുന്നു. കാലക്രമത്തിൽ പല സൗകര്യങ്ങളും ഇവിടെ ഉണ്ടായെങ്കിലും ചെമ്പൂരിനോടുള്ള മമത ഹാങ്ങ്ഓവറായി ബാക്കി നിന്നു. മാസത്തിൽ രണ്ടുമൂന്നു തവണയെങ്കിലും ചെമ്പൂർ പോയി എന്തെങ്കിലും വാങ്ങിയില്ലെങ്കിൽ ആകെ ഒരസ്വാസ്ഥ്യം. അത് മാറിക്കിട്ടാൻ വേണ്ടി ഇടയ്ക്കിടെ ചെമ്പൂർ പോയി തിരിച്ചുവന്നു. എത്ര ശ്രമിച്ചിട്ടും കുടഞ്ഞെറിയാനാവത്ത ഒരു സൗഹൃദം. ഒരാൾക്ക് മനുഷ്യരോട് മാത്രമല്ല, മറ്റ് ജീവജാലങ്ങളോടും, അചേതനവസ്തുക്കളോടും സ്ഥലങ്ങളോടും, പാർപ്പിടങ്ങളോടും വൈകാരികമായ മമതയുണ്ടാകുമെന്ന് അനുഭവിച്ചറിഞ്ഞിട്ടുണ്ട്.

അണുശക്തിനഗറിൽ ഏതാണ്ട് മുപ്പതുകൊല്ലത്തോളം താമസിച്ചു. പുറംലോകത്തിൽനിന്നും അകന്ന് സുരക്ഷിതമായ ജീവിതം. ഇത് ഒരു വ്യക്തിയെ സംബന്ധിച്ചിടത്തോളം ഗുണവും ദോഷവും ചെയ്യുന്നതായി ഞാൻ മനസ്സിലാക്കിയിട്ടുണ്ട്. നമ്മുടെ ശരീരഭാഷതന്നെ മാറിപ്പോകും.

ബോംബെ പോലെ മാത്സര്യം നിറഞ്ഞ ഒരു നഗരത്തിൽ ജീവിക്കുന്ന വൻ കുറേയേറെ സമർത്ഥനും മത്സരിച്ചോടാൻ സന്നദ്ധനുമായിരിക്കും. ഇന്നും ഒരു ബസ് ഓടിപ്പിടിക്കാനോ ട്രെയിനിൽ ഇടിച്ചുകയറാനോ എനിക്കാവില്ല. തോൽവി സമ്മതിച്ച് മാറിനിൽക്കുകയേയുള്ളു.

അണുശക്തിനഗറിലെ മൂന്നു പതിറ്റാണ്ടത്തെ സുരക്ഷിതവും സൗകര്യപൂർണ്ണവുമായ ജീവിതം എന്നെ അലസനും മടിയനുമാക്കി യിട്ടുണ്ടെന്ന് സമ്മതിക്കാതെവയ്യ. എന്നാൽ എന്റെ കുട്ടികൾക്ക് കോഴ പ്പണം കൊടുക്കാതെ നല്ല വിദ്യാഭ്യാസം നേടാനായതും അവർക്ക് ആരോഗ്യപരിരക്ഷ നൽകാനായതും അണുശക്തിനഗറിലെ ജീവിതം കൊണ്ടാണ്. ഭാഭാ പരമാണുഗവേഷണകേന്ദ്രത്തിലെ ഉദ്യോഗത്തിൽ തുടർന്നതിലും അവിടെവെച്ച് തന്നെ ഔദ്യോഗികജീവിതം അവസാനി പ്പിച്ചതിലും ഞാൻ ഒരുനിമിഷംപോലും പശ്ചാത്തപിച്ചിട്ടില്ല. മറിച്ച്, എ നിക്ക് ഓർത്തെടുക്കാനും അഭിമാനിക്കാനും പറ്റിയ തേജോമയമായ പല നിമിഷങ്ങളുമുണ്ട്. അതൊന്നും ഇങ്ങനെ ഒരോർമ്മക്കുറുപ്പിൽ തൊട്ടു തലോടിപ്പോവാനാവില്ല. ബൃഹത്തായ ഒരു ക്യാൻവാസ്തന്നെ കണ്ടെ ത്തേണ്ടിയിരിക്കുന്നു.

അണുശക്തിനഗറിലെ ജീവിതകാലത്താണ് ബോംബെയിൽ അധോ ലോകം ആവിർഭവിക്കുന്നത്. ആദ്യകാലത്ത് കേൾക്കാറുള്ള പേരുകൾ ഹാജിമസ്താൻ, കരിംലാല, ദേവരാജമുതലിയാർ എന്നിവരുടേതായി രുന്നു. അവർ വാർദ്ധക്യം ബാധിച്ച് നിഷ്പ്രഭരായപ്പോൾ ഡി-കമ്പനി യുടെ വരവായി. 93-ലെ ബോംബ്സ്ഫോടനത്തെ തുടർന്നാണ് ദാവൂദ് ഇബ്രാഹിം, ടൈഗർ മേമൺ മുതലായ പേരുകൾ പത്രത്തിൽ പ്രത്യക്ഷ പ്പെടുന്നത്. അവർ വിദേശത്തേക്കു കടന്നപ്പോൾ ഛോട്ടാ ഷക്കീൽ, രവി പൂജാരി, ഛോട്ടാരാജൻ മുതലായ അനുയായികൾ രംഗത്തുവന്നു. ഇവരിൽ പലരും പിന്നീട് കലഹിച്ച് പിരിയുകയും പരസ്പരം വെടിയുണ്ട കൾകൊണ്ട് കണക്കുതീർക്കുകയും ചെയ്തപ്പോൾ പുതിയ പുതിയ സംഘങ്ങൾ ആവിർഭവിച്ചു. പോലീസ് ഇന്നും ഇവരെ ഒതുക്കാനും അമർച്ചചെയ്യാനും ശ്രമിച്ചുകൊണ്ടിരിക്കുന്നു.

തൊണ്ണൂറ്റിരണ്ടിലെ വർഗ്ഗീയകലാപവും 93-ലെ ബോംബുസ്ഫോട നങ്ങളും നഗരജീവിതത്തെ ഭയവിഹ്വലമാക്കി. അധോലോകത്തിന്റെ കൈകൾ നീണ്ടുചെല്ലാത്ത ഒരിടവും നഗരത്തിലില്ലാതെയായി. കെട്ടിട നിർമ്മാണം, സിനിമാ നിർമ്മാണം, വ്യവസായ സംരംഭങ്ങൾ തുടങ്ങി ജീവിതത്തിന്റെ നാനാതുറകളിലും അധോലോകം അഴിഞ്ഞാടി. അവ രുടെ നീരാളിക്കൈകൾ ഇന്ത്യക്കു പുറത്തേക്കും നീണ്ടു ചെന്നു. വാടക ക്കൊലയാളികൾ യഥേഷ്ടം സഞ്ചരിക്കുകയും അധോലോകം അടയാള പ്പെടുത്തുന്നവരെ പെരുവഴിയിലും ജനബഹുലമായ നിരത്തുകളിലും വെച്ച് നിറയൊഴിച്ച് വകവരുത്തുകയും ചെയ്തു. അവർക്കുവേണ്ട ആയുധങ്ങളും പണവും ആവശ്യമായ ഇടങ്ങളിൽ എത്തിച്ചുകൊടുക്കാൻ ഗൂഢമായ സംവിധാനങ്ങളുണ്ടായി.

കണക്കുതീർക്കലിന് പുതിയ പുതിയ സമവാക്യങ്ങൾ എഴുതിച്ചേർക്കപ്പെട്ടു. സുരക്ഷിതവലയത്തിൽ ജീവിക്കുന്നവർക്ക് ഇതെല്ലാം പത്രവാർത്തകളാണ്. അധോലോകം അവരെ സംബന്ധിച്ചിടത്തോളം പാതാളംതന്നെയാണ്. അവിടെനിന്നുയരുന്ന വെടിയൊച്ചകൾ അവരുടെ നിദ്രയെ ഭംഗപ്പെടുത്തുന്നില്ല.

അധോലോകത്തിന്റെ അദ്ഭുത പരിസരങ്ങളും കാഴ്ചകളും എന്റെ മുമ്പിൽ പ്രദർശിപ്പിച്ചത് രണ്ടു ഗ്രന്ഥകാരന്മാരാണ്. ഗ്രിഗറി ഡേവിഡ് റോബർട്ടും, സുകേതു മേത്തയും. സായുധകൊള്ളക്കാരനായ ഗ്രിഗറി ഡേവിഡ് റോബർട്സ് ആസ്ത്രേലിയൻ ജയിൽ ചാടി ബോംബെയിൽ എത്തിച്ചേരുന്ന ഒരു ക്രിമിനൽ കുറ്റവാളിയാണ്. അധോലോകത്തിൽ ചെന്നുചേർന്ന് അവരിലൊരാളായി മാറി, അവരുടെ പ്രവർത്തനങ്ങളിൽ പങ്കുകൊണ്ട് ബോംബെ അധോലോകത്തിന്റെ ഉള്ളുകള്ളികളിലും പ്രവർത്തനരീതികളുമൊക്കെ വായനക്കാരുമായി പങ്കുവയ്ക്കുന്നു, 'ശാന്താറാം' എന്ന നോവലിൽ നാം പരിചയപ്പെടുന്ന ലോകം അക്ഷരാർത്ഥത്തിൽ ഞെട്ടിക്കുന്നതും അലോസരപ്പെടുത്തുന്നതുമാണ്. അതേപോലെതന്നെ ഉറക്കം കെടുത്തുന്നതായിരുന്നു, സുകേതു മേത്തയുടെ 'മാക്സിമം സിറ്റി'യും.

പതിനാലാം വയസ്സിൽ ഇന്ത്യ വിട്ട് ന്യൂയോർക്കിൽ താമസമാക്കിയ സുകേതു മേത്ത ഇരുപത്തൊന്നു കൊല്ലത്തിനുശേഷം നോവലെഴുതാൻ വേണ്ടിയാണ് ബോംബെയിലെത്തുന്നത്. ഇവിടെ അദ്ദേഹം രാഷ്ട്രീയക്കാരും പോലീസുദ്യോഗസ്ഥന്മാരും ക്രിമിനലുകളുമായും മറ്റും ഇടപെട്ട് അവരിൽനിന്ന് വിവരങ്ങൾ ശേഖരിക്കുകയും അവയെ തന്റെ നോവലിന്റെ അസംസ്കൃതവിഭവങ്ങളാക്കുകയും ചെയ്യുന്നു. ഈ രണ്ട് നോവലുകളും വായിച്ചുകഴിഞ്ഞപ്പോൾ അരനൂറ്റാണ്ടുകാലം ജീവിച്ച ഈ നഗരത്തെക്കുറിച്ച് എനിക്കൊരു ചുക്കും അറിയില്ലെന്ന് ബോദ്ധ്യപ്പെട്ടു. അവർ വരച്ചിടുന്ന ബോംബെ നഗരം ഞാൻ കണ്ടിട്ടില്ല. അതെന്നിൽനിന്ന് എത്രയോ ദൂരെയാണ്. പുസ്തകങ്ങൾ വായിച്ചു തീർന്നപ്പോൾ അപരിചിതലോകത്തിലെ ആശ്ചര്യങ്ങൾ എന്നെ അസ്വസ്ഥനാക്കി.

മുപ്പതുകൊല്ലത്തെ സുരക്ഷിതമായ അണുശക്തിനഗരവാസം അവസാനിക്കുന്നത് 98-ൽ ജോലിയിൽ നിന്ന് വിരമിക്കുന്നതോടുകൂടിയാണ്.

നവിമുംബെ എന്ന പുതിയ ബോംബെ വികസനത്തിന്റെ അതിവേഗപാതയിലായിരുന്നു. ഏറ്റവും ആധുനികമായ സൗകര്യങ്ങളെല്ലാം ഇവിടെ അണിനിരന്നു. ബോംബെയെ അപേക്ഷിച്ച് സ്ഥലസൗകര്യങ്ങളും വികസനത്തിന് അനുയോജ്യമായ മറ്റെല്ലാ ഘടകങ്ങളും ഒത്തുചേർന്നപ്പോൾ പ്രധാന സിറ്റിയെ പിന്നിലാക്കിക്കൊണ്ട് പുതിയ ബോംബെ ഉയർന്നുവന്നു.

തുടക്കത്തിൽ നവിമുംബെയിലേക്ക് വരാൻ ആളുകളെ കിട്ടിയിരുന്നില്ല. കടലിടുക്ക് കടന്ന് ഇവിടെ എത്തിച്ചേരുന്നതിലുള്ള ബുദ്ധിമുട്ട്

ആവശ്യക്കാരെ അകറ്റി നിറുത്തി. ഞങ്ങളുടെ ഓഫീസിൽ സിഡ്കോ ഉദ്യോഗസ്ഥന്മാർ ആകർഷണീയമായ വ്യവസ്ഥകളിൽ ഫ്ളാറ്റുകളും ബംഗ്ലാവുകളും വിൽക്കാനായി പല ദിവസങ്ങളോളം ക്യാമ്പ് ചെയ്തത് ഓർമ്മ വരുന്നു. ദീർഘദൃഷ്ടിയുള്ള ചിലർമാത്രം അന്ന് പണം മുടക്കി കരാർ ഒപ്പിട്ടു. പത്ത് കൊല്ലത്തിനുശേഷം അവർ വൻലാഭങ്ങൾ കൊയ്തു.

കടലിടുക്കിനെ ബന്ധിക്കുന്ന റോഡും റെയിൽവേ സൗകര്യവും വന്ന തോടുകൂടി നവിമുംബെയിൽ ഭൂമിക്ക് പൊന്നിന്റെ വിലയായി. രണ്ടു ദശകങ്ങൾകൊണ്ട് ഈ പുതിയ നഗരം ആർജ്ജിച്ച പുരോഗതി അദ്ഭുതാവഹമാണ്. പ്രധാന നഗരത്തിലില്ലാത്ത വിപുലവും അത്യാധുനികവുമായ ഷോപ്പിങ്മാളുകളും മൾട്ടിപ്ലെക്സുകളും പാർക്കിങ്ങ് സൗകര്യങ്ങളും ഐടി കമ്പനികളും ദിവസംപ്രതി ലക്ഷക്കണക്കിന് ആളുകളെ നവിമുംബെയിലേക്കാകർഷിക്കുന്നു. ആദ്യ ദശകങ്ങളിൽ മദ്ധ്യവർത്തികൾ മാത്രം വന്നു താമസിക്കാൻ താത്പര്യം കാണിച്ച നവിമുംബെയിൽ ഇന്ന് സമൂഹത്തിന്റെ നാനാതുറകളിലുള്ളവരും താമസമാക്കിയിട്ടുണ്ട്. ലോകത്തിലെ എല്ലാ ബ്രാൻഡഡ് ഉല്പന്നങ്ങളും ഇവിടെ ലഭ്യമാണ്. ഐ.പി.എൽ മാച്ചുകൾ നടത്താറുള്ള പ്രസിദ്ധമായ ക്രിക്കറ്റ് സ്റ്റേഡിയം (ഡി.വൈ. പാട്ടിൽ ക്രിക്കറ്റ് സ്റ്റേഡിയം), വരാൻപോകുന്ന അന്താരാഷ്ട്ര വിമാനത്താവളം മുതലായവ നവിമുംബെയെ മറ്റൊരു വിതാനത്തിലേക്കുയർത്തുമെന്നതിൽ സംശയം വേണ്ട.

നവിമുംബെ വാഷി മുതൽ പൻവേൽവരെ പല നോഡുകളിലായി വ്യാപിച്ച് കിടക്കുന്നു. എൺപതുകളിൽ ഞങ്ങൾ കുറച്ചുപേർ കയ്യിലുള്ള കാശൊക്കെ സ്വരൂപിച്ച് ഇവിടെ ഒരു പ്ലോട്ട് വാങ്ങി കെട്ടിടം പണിയാരംഭിച്ചപ്പോൾ അതിന്റെ പരിസമാപ്തിയെക്കുറിച്ച് സംശയാലുക്കളായിരുന്നു. ഞങ്ങൾ വൈകിയെത്തിയവരായിരുന്നു. എന്നാൽ ഞങ്ങൾ അധികം വൈകിയിരുന്നില്ലെന്ന് ഇപ്പോൾ തിരിഞ്ഞു നോക്കുമ്പോൾ തോന്നുന്നു.

നവിമുംബെ പ്രധാന നഗരിക്ക് മാർഗ്ഗദർശനം നൽകുന്ന സ്ഥിതിവിശേഷമാണിപ്പോൾ. മദ്ധ്യബോംബെയിലെ തുണിമില്ലുകളുടെ സ്ഥലങ്ങൾ വിറ്റ്, അവിടെ ടവർബ്ലോക്കുകളും ഷോപ്പിങ്മാളുകളും മൾട്ടിപ്ലക്സകളും പണിയുന്ന തിരക്കിലാണ് ബിൽഡർമാർ. ഉപനഗരം ഊഹങ്ങൾക്കപ്പുറത്തേക്ക് വളർന്നപ്പോൾ വാർദ്ധക്യം ബാധിച്ച മുഖം മിനുക്കുകയാണ് പ്രധാനഗരം.

നഗരത്തിന്റെ വളർച്ചയിലും അഭിവൃദ്ധിയിലും അസൂയപ്പെടുന്നവർ ബോംബെ മഹാനഗരത്തെ ക്ഷതപ്പെടുത്താനും ആഴത്തിൽ മുറിവേല്പിക്കാനും കഴുകൻകണ്ണുകളുമായി സദാ പറന്നു നടക്കുന്നു. അത്യാധുനിക നശീകരണമാർഗ്ഗങ്ങളിലൂടെ നഗരത്തെ മുറിവേല്പിക്കാനും തളർത്താനും തുടങ്ങിയിട്ട് കാലം കുറെയായി. 93-ൽ പതിമൂന്നിടങ്ങളിലായി

ബോംബ് സ്ഫോടനങ്ങൾ നടത്തി നഗരത്തെ ശിഥിലീകരിക്കാനുള്ള ശ്രമം പരാജയപ്പെടുകയും ബോംബെ വർദ്ധിതവീര്യത്തോടെ മുന്നേറുകയും ചെയ്തു. അതിനുശേഷം രണ്ടോ മൂന്നോ വർഷം കൂടുമ്പോൾ, ഒരു തുടർക്കഥപോലെ നഗരത്തിന്റെ വിവിധഭാഗങ്ങളിൽ ബോംബ് സ്ഫോടനങ്ങളുണ്ടാവുന്നു. അവസാനം പത്ത് പേരെ ബോട്ടിൽ ഒളിച്ചു കടത്തി നഗരത്തെ പരസ്യമായി ആക്രമിച്ചു. താജ് ഹോട്ടലിലും ട്രൈഡന്റിലും വി.ടി. സ്റ്റേഷനിലും നിറതോക്കുമായി കൊലയാളികൾ നിസ്സഹായരും നിരപരാധികളുമായ അനേകങ്ങളെ നിഷ്ക്കരുണം കൊലപ്പെടുത്തി.

2008 നവംബർ 26 കറുത്ത ബുധനാഴ്ച എന്ന് ചരിത്രത്തിൽ അടയാളപ്പെട്ടു. വീണ്ടും മൂന്നു കൊല്ലത്തിനുശേഷം 2011 ജൂലായ് 31-ന് നഗരത്തിലെ ജനസാന്ദ്രതയേറിയ ഓപ്പറ ഹൗസ്, ഝവേരി ബസാർ, ദാദർ എന്നീ മൂന്നിടങ്ങളിൽ ബോംബ്സ്ഫോടനങ്ങളുണ്ടായി. 19 മരണങ്ങൾ, 130 ഓളം പരിക്കുപറ്റിയവർ. സന്ധ്യക്ക് പെയ്തുകൊണ്ടിരുന്ന മഴയിൽ രക്തം ഒലിച്ചൊഴുകുന്നത് കണ്ടിരിക്കുമ്പോൾ നട്ടെല്ലിലൂടെ തണുപ്പ് അരിച്ചുകയറുകയായിരുന്നു.

അറുപതുകളിൽ ഞാൻ വന്നുചേർന്ന നഗരം ഓർമ്മയിലെ ചിത്രമായി മാറിയിരിക്കുന്നു. അന്നത്തേതായി അവശേഷിക്കുന്നത് അപൂർവ്വം കെട്ടിടങ്ങളും ലാന്റ് മാർക്കുകളും മാത്രം. എന്നാൽ മറ്റു നഗരങ്ങൾക്കില്ലാത്ത ഒരാത്മാവ് ഈ നഗരത്തിനുണ്ട്. ഒരു ശക്തിക്കും നഗരത്തിന്റെ ആത്മാവിനെ ഹനിക്കാനോ മുറിവേല്പിക്കാനോ കഴിയില്ല. ഗീതയിലെ ഒരു ശ്ലോകം ഓർമ്മ വരുന്നു.

"നൈനംഛിന്ദന്തി ശസ്ത്രാണി നൈനം ദഹതി പാവകഃ
ന ചൈനം ക്ലേദയന്ത്യാപോ ന ശോഷയതി മാരുതഃ

അതിന്റെ ആത്മാവിനെ ആയുധങ്ങൾ പിളർക്കുന്നില്ല. അഗ്നി ദഹിപ്പിക്കുന്നില്ല. വെള്ളത്തിൽ കുതിരുന്നില്ല. കാറ്റിൽ ഉണങ്ങുന്നില്ല.

അതുകൊണ്ടാണ് തലേദിവസം നടന്നതെല്ലാം മറന്ന് ഓരോ ദിവസവും പുതിയ പ്രഭാതങ്ങളിലേക്ക് ബോംബെ ഉയർന്നെഴുന്നേൽക്കുന്നത്.

കേരളത്തിൽനിന്നും മറ്റും ജോലിതേടിയെത്തുന്നവരുടെ എണ്ണം ഗണ്യമായി കുറഞ്ഞിട്ടുണ്ടെങ്കിലും മുംബെയിലെ ജനസാന്ദ്രതയിലെ ഗ്രാഫ് മുകളിലേക്കുതന്നെ നീങ്ങുന്നു. 2011-ലെ സെൻസസ് അനുസരിച്ച് മുംബെയിലെ ജനസംഖ്യ 5.08 കോടിയാണ് (ടൈംസ് ഓഫ് ഇന്ത്യ - ജൂലായ് 19, 2011).

ഇന്ത്യയിലെ ഏറ്റവും ജനസാന്ദ്രതയുള്ള നഗരമാണ്, മുംബെ. ഇന്നും ഇന്ത്യയുടെ ഒരു പരിച്ഛേദംതന്നെയാണ് മുംബയ് അഥവാ ബോംബെ.

കാനേഷുമാരി കണക്കിലൊന്നുംപെടാത്ത എത്രയോ മനുഷ്യർ മേൽവിലാസവും മേർക്കൂരയുമില്ലാതെ ഇവിടെ കഴിയുന്നു. അടുത്തൊരു

ദിവസം ബോംബുസ്ഫോടനത്തിൽ നിന്ന് നൂലിഴകൊണ്ട് രക്ഷപ്പെട്ട ഒരാളെ ഒരു ചാനൽ അവതാരക അവരുടെ അഭിമുഖത്തിൽ കൊണ്ടു വരികയുണ്ടായി. ആ ചെറുപ്പക്കാരന് പതിനെട്ടോ പത്തൊൻപതോ പ്രായം. ജാർഖണ്ഡിൽനിന്ന് ഉപജീവനത്തിനായി വന്നവൻ. ആദ്യം അവന്റെ ജ്യേഷ്ഠനാണ് വന്നത്, പുറകെ അനിയനും. ഇവിടെ നാട്ടുകാരോ ബന്ധുക്കളോ ഇല്ല. രണ്ടുപേരും ഐസ്വണ്ടിയുന്തി ജീവിക്കുന്നു. വളരെ ത്തിരക്കുള്ള ത്ധെവേരി ബസാറിലാണ് അവർ കച്ചവടം നടത്തുന്നത്. ജൂലായ് പതിമൂന്നും വ്യത്യസ്തമായിരുന്നില്ല. പെട്ടെന്നാണ് എഴുമണിക്ക് കാതടപ്പിക്കുന്ന ഒരു സ്ഫോടനത്തിലേക്ക് അവൻ ഞെട്ടിത്തരിച്ചത്. ചൂടും തീയും പുകയും പരക്കുന്നു. ജനങ്ങൾ ആർത്തുകരഞ്ഞുകൊണ്ട് നെട്ടോട്ടമോടുന്നു.

അവൻ എന്തുചെയ്യണമെന്നറിയാതെ പരിഭ്രാന്തനായി പകച്ചു നിന്നു. വണ്ടി ഉപേക്ഷിച്ച് ഓടിപ്പോകാൻ അവൻ ധൈര്യപ്പെട്ടില്ല. അതിന്റെ കടം ഇനിയും വീട്ടിക്കഴിഞ്ഞിട്ടില്ല. അതിനിടയിൽ ആരോ ചേട്ടന് അപകടം പറ്റിയെന്ന് അറിയിച്ചു. പിന്നെ ഒന്നും ആലോചിക്കാതെ വണ്ടി ഒരു സ്വർണ്ണക്കടയുടെ മുമ്പിൽ നിറുത്തിയിട്ട് അവൻ ആസ്പത്രികൾ കയറിയിറങ്ങി. ജ്യേഷ്ഠനെ കണ്ടെത്തിയത് ജി.ടി. ഹോസ്പിറ്റലിലാണ്. ശരീരത്തിലെ ബാൻഡേജുകളിൽ അപ്പോഴും രക്തം കിനിയുന്നുണ്ടായി രുന്നു...

ചാനൽ അവതാരകയുടെ ചോദ്യങ്ങൾക്ക് പിന്നെ ഒന്നുംപറയാൻ കഴി യാതെ അവൻ തേങ്ങിക്കരഞ്ഞു. അവന്റെ കണ്ണീർ തുടച്ച് സമാധാനപ്പെ ടുത്താൻ പെൺകുട്ടിക്ക് ശ്രമപ്പെടേണ്ടിവന്നു.

“നിനക്ക് തിരിച്ചുപോകാൻ തോന്നുന്നുണ്ടോ?”

“എവിടേയ്ക്ക്? എനിക്ക് എഴുത്തും വായനയും അറിയില്ല. ഞങ്ങൾക്ക് കൃഷിയോ കച്ചവടമോ ഇല്ല. നാട്ടിൽ ഉപജീവനത്തിന് മാർഗ്ഗമൊന്നും ഇല്ല. ആകെ ചെയ്യാവുന്നത് കാട്ടിലേക്കു കയറി ഗറില്ലാ പോരാളിയാ വുകയാണ്. അതിലും ഭേദം ഇവിടെയാണ്. എവിടെയായാലും ഒരുദിവസം മരിക്കേണ്ടിവരും.”

അവൻ ഉന്തിവരുന്ന വിതുമ്പലുകൾ അടക്കി കണ്ണുതുടച്ചു. ആ ചെറുപ്പക്കാരന്റെ മുഖം മനസ്സിൽനിന്നു മായുന്നില്ല. നഗരത്തിന്റെ ഏതെ ല്ലാമോ കോണുകളിൽനിന്ന് അവന്റെ തേങ്ങലുകൾ കേൾക്കുന്നു. ■

www.ingramcontent.com/pod-product-compliance
Lightning Source LLC
LaVergne TN
LVHW041615070526
838199LV00052B/3149
* 9 7 8 9 3 8 6 1 2 0 4 0 3 *